இயற்கை விவசாயம்

விவசாயிகளுக்கான எளிய கையேடு

ஊரோடி வீரகுமார்

இயற்கை விவசாயி. தேனிக்கு அருகில் உள்ள சில்லமரத்துப்பட்டி என்ற ஊரைச் சேர்ந்தவர். விவசாயம், விவசாயிகள் தொடர்பாக நடக்கிற அத்தனை விஷயங்களையும் தொடர்ந்து கவனிப்பவர். அதுபற்றிப் பேசியும் எழுதியும் வருபவர். 'ஊரோடி' என்ற பெயரில் எழுதி வருகிறார்.

இயற்கை விவசாயம்

விவசாயிகளுக்கான எளிய கையேடு

ஊரோடி வீரகுமார்

கிழக்கு

இயற்கை விவசாயம்
Iyarkai Vivasayam
S.V.P. Veerakumar ©

First Edition: June 2008 (*published as* **Vayalum Vaazhvum**)
Second Edition: September 2014
136 Pages
Printed in India.

ISBN 978-81-8368-809-3
Kizhakku - 308

Kizhakku Pathippagam
177/103, First Floor,
Ambal's Building, Lloyds Road,
Royapettah, Chennai 600 014.
Ph: +91-44-4200-9603

Email : support@nhm.in
Website : www.nhm.in

Author's Email : uorodi@gmail.com

Kizhakku Pathippagam is an imprint of New Horizon Media Private Limited.

This book is sold subject to the condition that it shall not, by way of trade or otherwise, be lent, resold, hired out, or otherwise circulated without the publisher's prior written consent in any form of binding or cover other than that in which it is published and without a similar condition including this the rights under copyright reserved above, no part of this publication may be reproduced, stored in or introduced into a retrieval system, or transmitted in any form or by any means (electronic, mechanical, photocopying, recording or otherwise), without the prior written permission of both the copyright owner and the above-mentioned publisher of this book.

வயல்வெளி

1.	விவசாயம் என்னும் வித்தைக்காரன்!	/	07
2.	மண்ணின் மகத்துவம்	/	11
3.	மண்ணை வளமாக்கும் மருந்துகள்	/	23
4.	உயிர் உரங்கள்	/	34
5.	கம்போஸ்ட் எரு	/	44
6.	இயற்கைப் பயிர் பாதுகாப்பு	/	54
7.	பூமியின் குடல்கள்	/	80
8.	நுண்ணுயிர்களின் தலைவன் E.M.	/	91
9.	ஒருங்கிணைந்த பண்ணையம்	/	97
10,	பஞ்சகவ்யா	/	100
11.	உயிராற்றல் வேளாண்மை	/	106
12.	0 பட்ஜெட்	/	116
13.	வேளாண் பஞ்சாங்கம்	/	123
	பின் இணைப்புகள்	/	131

1. விவசாயி எனும் வித்தைக்காரன்!

ஏரும் இரண்டுளதாய்
இல்லத்தே வித்துளதாய்
நீரருகே உள்ள நிலம் உளதாய்
சென்று வர எளிதாய்
செல்வோனும் சொல் கேட்பின்
என்றும் உழவே இனிது

- பழம்பாடல்

விவசாயி என்பவன் மாபெரும் வித்தைக்காரன். எவருமே செய்ய இயலாத அற்புதத்தை செய்யக் கூடியவன். உலகில் எந்த ஒரு உற்பத்தித் துறையிலும் இத்தனைக் குறைந்த மூலப் பொருளில் மாபெரும் உற்பத்தியை சாதிக்கவே இயலாது.

ஒற்றை விதை நெல் மணியை விதைத்தால் அதிலிருந்து ஒரு நாற்று முளைத்து வருகின்றது. அந்த நாற்றை நாற்றாங்காலிலிருந்து எடுத்து வயலில் நடவு செய்யும்போது 36 லிருந்து 40 தூர்கள் வெடித்து வருகின்றன. அவற்றைப் பேணிப் பாதுகாத்தால் 35க்கும் குறையாமல் கதிர்கள் வருகின்றன. ஒரு கதிரில்... ஒரே ஒரு நெற்குலையில் சுமார் 40 நெல் மணிகள்... ஆக ஒரு நெல்லை விதைத்தால் கிடைப்பது 1400 நெல் மணிகள்... 1400 மடங்கு உற்பத்தி... நம்ப முடிகின்றதா? ஆனால், இது அறிவியல். ஆகவே உண்மை.

ஒரு தேங்காய் நட்டால் ஆண்டுக்கு 200 காய்கள் வீதம் வாழ்நாள் முழுவதும் ஆயிரக்கணக்கில் தேங்காய்கள்... ஒரு மாமரத்தில் ஆயிரக்கணக்கில் பழங்கள்... ஒரே ஒரு சூரிய காந்தி விதைக்குள் எத்தனை பெரிய சூரியகாந்தி மலர்!

இயற்கையின் இந்த விந்தையைத் தன் கைக்குள் அடக்கி வைத்துள்ள விவசாயியைப் பாருங்கள்.. அதோ அந்தக் களத்துமேட்டில் ஒட்டிய வயிறும், கவலை தேய்ந்த முகமுமாக அடிவானத்தையே பார்க்கின்றானே... அவனுக்கு மட்டும் இன்னமும் விடிவே வரவில்லை, ஏன்...?

விவசாயியின் வாழ்வு நன்றாகத்தான் போய்க் கொண்டிருந்தது. ஏரோட்டி, பாட்டுப் பாடி, நாற்று நட்டு, களை பறித்து, அறுவடை செய்து, கதிர் உழக்கு காண, கட்டு கலம் காண, நெய் மணக்கும் புத்தரிசி பொங்கல் வைத்து வாழ்வே இன்பமாகத் தான் போய்க்கொண்டிருந்தது...

இடையில்தான் அவனுக்குக் கேடுகாலம் வந்தது. கோட்டும் சூட்டும் போட்டுக் கொண்டு, பூட்ஸ் காலால் மண்ணை மிதித்துக் கொண்டு, புரியாத பாஷையில் பேசி, நாம் இதுவரை சரியாக செய்து வந்ததையெல்லாம் 'தப்பு' என்று நம்ப வைத்தனர். மெத்தப் படித்தவர்கள் சொல்வதெல்லாம் உண்மையாகத்தானிருக்கும் என்று சொன்னது நம் அடிமைப்புத்தி... விவசாயிக்கு அன்று பிடித்தது ஜென்ம சனி.

19-ம் நூற்றாண்டுக்கு முன்பு வரை உலகில் உற்பத்தி ஆன அத்தனை உணவுப் பொருள்களுமே இயற்கை எருவைக் கொண்டு கால்நடை, மனித உழைப்பை மட்டும் துணை கொண்டு உற்பத்தி செய்யப்பட்டது. இங்கிலாந்து நாட்டில் 19-ம் நூற்றாண்டின் துவக்கத்தில் 'ஜெத்ரே டுல்' என்னும் ஆள் குதிரையைக் கொண்டு விதைக்கும் கருவியைச் செய்தான். 19-ம் நூற்றாண்டின் நடுவில் அதே இங்கிலாந்தில் சூப்பர் பாஸ்பேட் உரம் பயன்படுத்துவது துவங்கிற்று.

1910-ல் அமெரிக்காவில் முதல் டிராக்டர் விவசாய வேலைக்கு வந்தது. அதேகால கட்டத்தில்தான் ஜெர்மானிய வேதியலாளர் பிரிட்ஜ் ஹாபர் அமோனியாவை ஒருங்கிணைத்து தழைச்சத்து உரத்தை கண்டறிந்தார். அதிக விளைச்சல் தரும் வீரிய ஒட்டு மக்காச் சோளத்திற்கு இந்த தழைச் சத்து தேவைப்பட்டது.

சுவிட்சர்லாந்தில் பி.முல்லர் என்பவர் 1939-ல் DDT எனும் நஞ்சை வேளாண்மையில் பயன்படுத்தலாம் எனக் கண்டறிந்தார். பிராஸ்ஸிலும் இங்கிலாந்திலும் BHC வந்தது. 1940-களில் 2-4 D எனும் களைக் கொல்லி உப்பு கண்டறியப்பட்டது.

அப்படி இப்படி என கேடுகள் வளர்ந்து 20-ம் நூற்றாண்டின் மத்தியில் அதிக பட்ச கெடுதல் வளர்ந்து பூதகரமாக நின்றது. அதுவரை இந்திய விவசாயம் மாட்டுச்சாணி, கோமியம், மாட்டுழவு, நாட்டு விதை என்றுதான் இருந்தது. 1960-களில் இந்தியாவிற்குள் பசுமைப் புரட்சி நுழைந்தது. அங்கொன்றும் இங்கொன்றும் பட்னிச்சாவும் உணவுப் பற்றாக்குறையும் இருந்ததென்னவோ உண்மைதான். 1967-68 ஆண்டுகளில் நமது நாட்டின் உணவு உற்பத்தி 95 மில்லியன் டன். 1999-2000 ஆண்டில் 209 மில்லியன் டன். உற்பத்தி பெருகியிருப்பதை மறுக்க முடியாது. ஆனால், இது மிகப் பெரும் சாதனையாக நமக்கு சித்தரித்துக் காட்டப்பட்டுள்ளது என்பதே உண்மை.

முதலில் வந்தவர்கள் முதலில் திருந்தினார்கள். வளர்ந்த நாடுகளான ஐரோப்பிய நாடுகள், அமெரிக்க, கனடா, ஆஸ்திரேலியா போன்ற பொருளாதாரத்தில் உச்சத்திலிருக்கும் நாட்டினருக்கு ரசாயன கலப்பற்ற, பூச்சி மருந்து தெளிக்கப்படாத இயற்கை வேளாண்மையில் விளைந்த உணவுப் பொருள்கள் தேவைப்பட்டன. ஏனென்றால் உணவு உற்பத்தி மனித உடல்நலம், சக்தி என்ற அடிப்படையில் பார்க்கப்பட்டது.

20-ம் நூற்றாண்டில் ஆரம்பத்திலேயே இயற்கை வேளாண்மை எனும் இயக்கம் ஐரோப்பாவில் துவங்கியது. ஆஸ்திரேலிய தத்துவஞானி ருடால்ட்

ஸ்டெய்னர் 1927-ல் 'Demeter' எனும் இயற்கை உற்பத்தி 'பிராண்ட்'ஐ உருவாக்கினார். ஹன்ஸ் முல்லர் சுவிட்சர்லாந்திலும், ஜெர்மனியிலும் இயற்கை வேளாண்மையை பரப்பினார். ஈவி பாலிபோர் எனும் பெண்மணி 1939-ல் துவங்கி இது குறித்து ஆய்வு செய்தார். இவரின் ஆய்வு 1969 வரை நீண்டது.

1947-ல் அமெரிக்காவில் ரோடேல் குடும்பம் 'Soil and health foundation' எனும் இயக்கத்தினை துவக்கினர். ஒற்றை வைக்கோல் புரட்சி எனும் நூலின் மூலம் ஜப்பானின் மானேபு புகாகோ ஒரு திருப்பத்தை துவக்கினர். 1972-ல் IFOAM (International Federation of Organic Agriculture Movements) துவங்கப்பட்டது... இப்படியே சரித்திரம் நீள்கின்றது.

இயற்கை வேளாண்மை என்பதற்கு பலபேர் பல பெயர்களை சூட்டி மகிழ்கின்றனர். வீட்டிலுள்ள செல்லக் குழந்தைக்கு அம்மா ஒரு பெயர், அப்பா ஒரு பெயர், தாத்தா, பாட்டி வேறு பெயர், பள்ளியில் நண்பர்களிடம் ஒரு பெயர் எல்லாவற்றிற்கும் மேலே பள்ளிச் சான்றிதழில் ஒரு பெயர் என இருப்பதில்லையா... அதைப் போலத்தான். இயற்கை வேளாண்மை, தற்சார்பு வேளாண்மை, அங்கக வேளாண்மை, உயிரியல் வேளாண்மை, உயிர்சக்தி வேளாண்மை, இயற்கை உயிரியல் வேளாண்மை, ஒன்றுமே செய்யாத வேளாண்மை என பெயர்வரிசை நீண்டுகொண்டே போகின்றது... பெயர்கள் என்னவானாலும் விளைவு நஞ்சில்லாத உணவு.

இந்தியாவில் இயற்கை வேளாண்மைக்கான விழிப்புணர்வு குறைவே. தமிழகத்தில் நம்மாழ்வார், கர்நாடகத்தில் நாராயண ரெட்டி, மஹாராஷ்டிரா வில் சுபாஷ் பாலேக்கர், வடக்கே பாஸீகர் ஷாவே, வந்தனா சிவா என போராளிகள் இருக்கின்றனர். தன்னலமற்ற இவர்களின் 'பொறிதான்' நெருப்பாக தகித்து பரவுகின்றது. 2003 புள்ளி விபரத்தின்படி 4800 ஹெக்டேர் நிலம் மட்டுமே இயற்கை வேளாண் ஏற்றுமதி உற்பத்தியில் ஈடுபட்டு 89 கோடி ரூபாய் பணத்திற்கு வியாபாரமாயிருக்கின்றது. அது அன்றைய உலக இயற்கை விவசாய சந்தையில் வெறும் 0.8% மட்டுமே. அதிலும் பெரும்பங்கு பாஸ்மதி அரிசிக்கு, இயற்கை பருத்திக்குமே போய் விடுகின்றது.

ஐந்தாயிரம் ஆண்டுகளாக நாம் செய்துவந்த இயற்கை விவசாயம் பற்றி இன்றிருக்கும் நம் மக்களுக்கு பல சந்தேகங்கள், கேள்விகள், தவறான புரிதல்கள். இயற்கை விவசாயம் செய்ய ஆரம்பித்தால் பணத்தைக் குவித்து விடலாம் என்று கற்பனையில் திளைப்பவர்கள் ஒருபக்கம்; இயற்கை விவசாயம் எல்லாம் இந்தக் காலத்தில் எடுபடாது. இப்ப கிடைக்கிற விளைச்சல் கூட இல்லாமப் போயிடும் என்று பயத்தில் பிதற்றுபவர்கள் ஒருபக்கம் என என்ன செய்வது என்று தெரியாமல் முழித்துக் கொண்டிருக்கிறார்கள் விவசாயிகள். அவர்கள் கேட்கும் கேள்விகள் ஆயிரத்தையும் தாண்டும்.

இயற்கை விவசாயத்தில் ஒவ்வொருவருக்கும் போதுமான உணவு கொடுக்க இயலுமா?

பயிருக்கு தேவையான அனைத்து ஊட்டச்சத்துக்களையும் இயற்கை வழியில் கொடுக்க இயலுமா?

இயற்கை வழியில் வேளாண்மை நடைபெறும்போது சுற்றுச்சூழல் பாதிப்படைவது குறையுமா?

இயற்கை வழியில் விளைந்த உணவுப் பொருள்கள் அதிக தரம் உடையதா?

இயற்கை வழி வேளாண்மை பொருளாதார ரீதியில் வெற்றி அடையுமா?

இயற்கை வழியில் பூச்சிகளையும் நோய்களையும் கட்டுப்படுத்த இயலுமா?

இவற்றிற்கெல்லாம் ஒற்றைச் சொல்லில் பதில் சொல்லலாம். 'ஆம், முடியும்'. எவ்வாறு என்பதற்கு விடை காண முயற்சிப்பதுதான் இனி வரும் பக்கங்கள்...

2. மண்ணின் மகத்துவம்

வழுதலை வித்திடப் பாகல் முளைத்தது
புழுதியைத் தோண்டினேன் பூசணி பூத்தது
தொழுது கொண்டு ஓடினார் தோட்டக் குடிகள்
முழுதும் பழுத்தது வாழைக் கனியே

- திருமூலர்

மண்ணின் மேல் பக்கத்தில், ஓர் அறிவு படைத்த தாவரங்களில் இருந்து ஆறு அறிவு படைத்த மனிதர்கள் வரை பலவகை உயிரினங்கள் வாழ்வதை நாம் காண்கிறோம். ஆனால் மண்ணின் மறுபக்கத்தில் முற்றிலும் மாறுபட்ட பல்வேறு வகையான உயிரினங்கள் வாழ்கின்றன.

மண் என்பது சின்னஞ்சிறு துகள்களால் ஆனது மட்டுமல்ல. உண்மையான மண்ணின் அளவில் ஒரு பகுதியைத்தான் நம் கண்களால் காண முடியும். மண்ணின் பெரும் பகுதி, துகள்களுக்கு இடையே உள்ள காற்று அறைகளும் அவற்றில் உள்ள நீரும்தான். இவற்றைத் தவிர, தாவரக் கழிவுகளும் பல வகையான நுண்ணுயிர்களும் மண்ணில் உள்ளன.

மண், உலகில் வாழும் ஒவ்வொருவருக்கும் ஒவ்வொரு வகையில் உதவு கின்றது. உழவர்களுக்கு வாழ்வளிக்கும் விளைநிலமாக விளங்குகின்றது. வீடு கட்ட, தொழிற்சாலை அமைக்க, விளையாட, மேய்ச்சல் நிலமாக, ஆறாக, ஏரியாக, ஓடையாக, ஊற்றாக, வாழ்வின் ஜீவாதாரமாக மண் விளங்குகிறது. இறைவனின் மிக அரிய படைப்பு மண். அது உழவர்களுக்கு வாழ்வு கொடுக்கும் பொற்குவியல் என்றால் மிகையில்லை.

வேளாண்மையில் ஆணிவேரான மண், பயிர் வளர்வதற்குத் தேவையான ஊட்டச் சத்துக்களைச் சேமித்து வைக்கும் ஆதாரமாகவும் பயிர்களுக்கு தேவையான பாசன நீரைச் சேகரித்து வைத்துக்கொள்ளும் நீர்த் தேக்கமாகவும் பயன்படுகிறது. இயற்கையில் கிடைக்கும் மண், உயிர் சிதைந்த அங்ககப் பொருள்கள் (அதாவது, மக்கும் பொருட்கள்), காற்று, நீர் ஆகியவற்றின் கலப்பே ஆகும். அதில் பல்வேறு உயிர் பொருள்கள் சேர்ந்துள்ளன.

இத்தகைய மண்ணின் கதை மிகப் பழமையானது. பாறைகளின் சிதைவினால் மண் உண்டாகிறது. அவ்வாறு உண்டாகிய மண்ணில் சிலவற்றை வளமான

மண் என்கிறோம். வேறு சிலவற்றை வளமற்ற மண் என்கிறோம். பிறப்பிடம் ஒன்றாக இருக்கும்போது மண்ணின் வளம் இடத்திற்கு இடம் மாறுபடுவதற்கு என்ன காரணம்?

மண்ணின் வளம் என்பது அதன் பிறப்பிடம் மட்டுமின்றி, அதன் பௌதிகத் தன்மை, வேதியல் தன்மை, உயிரியல் தன்மை ஆகிய பண்புகளைக் கொண்டு நிர்ணயிக்கப்படுகின்றது. இந்தப் பண்புகள் பயிர்களின் வளர்ச்சிக்கு ஏற்றதாக அமையுமானால் அதை வளமான மண் என்கிறோம். செழிப்பாக பயிர் வளரவில்லை என்றால் அதை வளமற்ற மண் என்கிறோம்.

இந்திய மக்கள் தொகையில் 68 சதவீதம் மக்கள் வேளாண்மைத் தொழிலை மறைமுகமாகவோ, நேரடியாக நம்பியுள்ளனர். ஆகவே வேளாண்மையில் ஏற்படும் முன்னேற்றமே நாட்டின் முன்னேற்றமாக, அதன் முதுகெலும்பாக அமைந்துள்ளது. எனவே, நாட்டின் பொருளாதார முன்னேற்றத்திற்கு அடிப் படையாக விளங்குவது வேளாண்மை. இந்த வேளாண்மைக்கு அடிப்படை யாக விளங்குவது நிலவளம்.

இந்திய நாட்டின் மக்கள் தொகையோ நாளுக்கு நாள் அதிகரித்துக் கொண்டே வருகின்றது. விளைநிலங்களின் பரப்பும் நீர் ஆதாரமும் நாளுக்கு நாள் குறைந்துகொண்டே வருகின்றது. இந்த தலைகீழ் விகிதம் என்னென்ன விளைவுகளெல்லாம் ஏற்படுத்தும் எனப் பார்த்தால் முன்னே வருவது உணவுப் பற்றாக்குறை. ஆக, உணவுப் பற்றாக்குறை எனும் அடிப்படைப் பிரச்னை வளர்ந்து, விளைவுகள் விஸ்வரூபம் எடுக்கும் முன், இருக்கும் நிலங்களை அவற்றின் தரம் அறிந்து பராமரித்து வரவேண்டும். நிலத்தின் வளம் பேணப்பட வேண்டும்.

நிலத்தின் நலம் பாதிக்கப்படாமல் ஒவ்வொரு சதுர மீட்டர் பரப்பிலும் எவ்வளவு கூடுதல் விளைச்சல் பெற முடியுமோ அவ்வளவு விளைச்சலைப் பெற முயல வேண்டும். இதற்கு முன்னோடியாக நிலத்தைப் பற்றியும் நிலத்தின் வளத்தை காக்கின்ற முறைகளையும் அறிய வேண்டும்.

மழையாலும், நீர் பனிக்கட்டியாக உறைவதாலும், சூரிய வெப்பத்தால் விரிந்தும் சுருங்கியும் உருமாறும்போது பாறைகள் உடைந்து சிதறுகின்றன. தொடர்ந்து நடைபெறும் வேதியியல் மாற்றங்களால் மண் இம்மிகள் உண்டாகின்றன. நுண்ணுயிர் சிதைவினால் அங்ககப் பொருள்கள் சேருகின்றன. தட்பவெப்ப நிலையாலும் தாவரங்களினாலும் தாய்ப் பாறை யிலிருந்து மண் உதிர்ந்து முதிர்வடைகின்றது.

நல்ல மண் கண்டம் என்பது அரை மீட்டரிலிருந்து இரண்டரை மீட்டர் ஆழம்வரை மட்டுமே இருக்கும். இந்த மண் உண்டான அடிப்படையில் நிலை மண் எனவும் இடம் விட்டு இடம் நகரும் கொணர்மண் எனவும் அழைக்கப்படும். நிலைமண் தாய்ப் பாறையின் வேதியியல் பண்பைக் கொண்டிருக்கும். கொணர்மண், பல பாறைகளிலிருந்து தோன்றிய கலவை என்பதால் பலவகை உணவு, உப்புப் பொருள்கள் கலந்து இருக்கும். மண்ணின் உருவ அளவைக் கொண்டு கீழ்க்கண்டவாறு வகைப்படுத்தலாம்.

5 மி.மீ.	-	கற்கள்
2 மி.மீ.	-	சிறு கற்கள்
0.2 மி.மீ.	-	பெருமணல்
0.02 மி.மீ.	-	சிறுமணல்
0.002 மி.மீ.	-	வண்டல் மண்
0.002 மி.மீ.க்கு கீழ்	-	களிமண்

மண்ணில் மண் இம்மிகள், நீர்க்கரைசல், தாது உப்புகள், காற்று, அங்ககப் பொருள்கள், நுண்ணுயிர்கள் என ஆறு வகை பொருள்கள் கலந்திருக்கும். இவை அனைத்தும் சேர்ந்துதான் மண்ணின் வகையையும், தரத்தையும் நிர்ணயம் செய்கின்றன. ஆதியில் பயிர் தொழிலை மேற்கொண்ட மனிதன் நிலத்தை உழவுக்கு ஏற்றது, ஆகாதது எனப் பிரித்தான். பின், பயிர் விளையும் அடிப்படையில் நெல் விளையும் மண், கொள்ளு விளையும் மண் என்பதுபோல பகுத்தான். பின் பாசன அடிப்படையில் நெல் விளையும் நன்செய் நிலம், கிணறு பாசனமுள்ள தோட்டம், மழையை மட்டுமே நம்பி விளையும் மானாவாரி, புன்செய், மலைத் தோட்டங்கள் எனப் பகுத்தான்.

சங்க காலத் தமிழன் நிலத்தை ஐவகையாகப் பிரித்தான். ஆனால், அறிவியல் அடிப்படையில் நம் நாட்டின் மண் வகைகள் எட்டாகப் பிரிக்கப்பட்டுள்ளன:

1. கரிசல் மண் (Black Soil)
2. வண்டல் மண் (Alluvial Soil)
3. செம்மண் (Red Soil)
4. செம்புறை மண் (Laterite Soil)
5. காடு மற்றும் மலை மண் (Forest and Hill Soils)
6. பாலைவன மண் (Desert Soil)
7. உவர் மற்றும் களர் மண் (Saline and allealine Soil)
8. மக்கு மண் அல்லது சதுப்பு மண் (Peaty and Maistey Soil)

மண்ணை விஞ்ஞானரீதியாக பகுப்பாய்வு செய்து பார்த்தால் மட்டுமே மண்ணின் உண்மையான தன்மை, சக்தி அளவு ஆகியவற்றை அறிய இயலும். நம் நாட்டு மண் வகைகளைப் பற்றி குறிப்பிடுகையில், நாய் காலடி வைத்தால் நாயின் நான்கு காலின் கீழும் நான்கு வகை மண்ணிருக்கும் என்பர். மண் பரிசோதனை என்பது இயற்கை வேளாண்மை செய்ய நினைக்கும் ஒவ்வொரு விவசாயியும் செய்ய வேண்டிய கடமை. இயற்கை வேளாண்மை செய்யத் துவங்கும்போது நம் மண்ணின் நிலை என்ன? நாம் இயற்கை வேளாண்மை செய்யத் துவங்கிய பின்னர் என்ன மாதிரி மாற்றங்கள் நிகழ்ந் துள்ளன? என்ன சத்துக்களை அதிகரிக்க வேண்டும் போன்றவற்றையெல் லாம் பதிவு செய்து கொள்ளலாம்.

நம் உடல் நலத்தை மாஸ்டர் செக்-அப் செய்து என்னென்ற குறைகள் உள்ளன, அதன் நிவர்த்தி என்ன என்பதை உரிய மருத்துவர்களிடம் கலந்து ஆலோசிப்பது போல் மண்ணுக்கும் மாஸ்ட்டர் செக்-அப் செய்ய வேண்டும்.

நிலத்திற்கு நிலம் மண்ணில் வளம் வேறுபடுகிறது. மண்ணின் தன்மை ஒன்றாக இருந்தாலும்கூட நிலத்தின் மட்டம், நிலத்திற்கு இட்ட அங்கே எரு, நிலத்தில் பாசனம் செய்த நீர், அங்கு பயிரிடப்பட்ட பயிர், அந்த பயிருக்கு இட்ட உரம், நிலத்தில் விளைந்த மகசூல், நிலத்தில் உள்ள களைகள், மண் அரிமானம் என பல வேறுபாடுகளே இந்த மண்வள வேறுபாடுக்கு காரணமாக அமைகிறது. மேலும் பாசனம் அளிப்பது, இடைவிடாதச் சாகுபடி ஆகியவை மண்ணின் வளத்தை மாற்றிக் கொண்டே இருக்கின்றன. விவசாயம் செய்யும்போது மண்ணின் வளத்தை அறிந்து கொண்டு அதற்கேற்ப செய்ய வேண்டும்.

மண் பரிசோதனை

மண் பரிசோதனை செய்தால் மண்ணில் தோன்றும் கோளாறுகளை அவ்வப் போது அறிந்து சீராக்கிடலாம். மண்ணில் உள்ள சத்துக்களின் அளவை அறிந்துகொண்டு அதற்கேற்ப உரமிடலாம்; பயிரின் உரத் தேவையையும் கணக்கிடலாம்; நிலத்தின் வேதியல் தன்மைக்கு ஏற்ப உரமிடுவதால் உரச் செலவு, தேவையில்லாத உரத்தை திரும்ப திரும்ப கொடுத்தல் ஆகியவை குறையும். மண் வளத்தையும் காக்கலாம்.

இயற்கை வேளாண் முறை என்பது வளர்ந்து நிற்கும் வேளாண் விஞ்ஞானத் திற்கு முற்றிலும் எதிரானது அல்ல. வேளாண் விஞ்ஞானத்தின் தவறுகளுக்கு எதிரானது. ஆகையால் நவீன விஞ்ஞானத்தின் வழியொட்டிய இயற்கை வேளாண்மை நிச்சயம் வெல்லும்.

மண் பரிசோதனை செய்ய நிலத்தின் பல பகுதியிலிருந்து மண் மாதிரி எடுக்க வேண்டும். மண் மாதிரி எடுக்கும்போது செய்ய வேண்டியவை, செய்யக் கூடாதவை என சில செயல்கள் உள்ளன.

செய்ய வேண்டியவை

1. ஒவ்வொரு மண் மாதிரியும் மண்ணின் கூறு, சாகுபடி முறைகளில் ஒத்ததாக உள்ள நிலப்பகுதியிலிருந்தே எடுக்க வேண்டும்.
2. அறுவடைக்குப் பின் அல்லது உரமிடுவதற்கு முன் தரிசு காலத்தில் மண் மாதிரி எடுக்க வேண்டும்.
3. மண் வளம் ஒரே வயலில்கூட இடத்திற்கு இடம் மாறுபடுவதால் சுமார் 10 இடங்களிலிருந்து மண் மாதிரி எடுத்தல் அவசியம்.
4. மண் மாதிரி எடுக்கும் இடத்தின் மேல் கிடக்கும் புல், பூண்டுகளையும் இலை, சருகு ஆகியவற்றையும், மேல் மண்ணையும் அகற்றவும்.
5. மண் வெட்டியால் ஆங்கில எழுத்து 'வி' வடிவமாக வெட்டவும்.
6. நெல், தானியப் பயிர்களுக்கு 6 அங்குல ஆழத்திற்கும், பருத்தி, வாழை, கரும்புக்கு 9 அங்குல ஆழத்திற்கும் தென்னை, பழ மரங்களுக்கு 3-லிருந்து 5 அடி ஆழத்திற்கும் வெட்டி எடுக்க வேண்டும்.
7. வெட்டிய 'வி' வடிவத்தின் இரண்டு சரிவுப் பகுதியிலிருந்து ஒரே சீராக அரை அங்குல கனத்திற்கு உள்ள மண்ணை எடுக்க வேண்டும்.

8. அதுபோன்று ஒரு நிலத்தில் 10 இடங்களில் மண் மாதிரி எடுத்து ஒன்றாக சேர்க்கவேண்டும்.
9. ஒன்றாகச் சேர்த்த மண்ணை நன்கு கலக்கி நிழலில் உலர்த்தவேண்டும்.
10. உலர்ந்த மண்ணை காகிதத்தில் ஒரே சீராக பரப்பி அதில் விரல்களால் '+' குறிபோட்டு நான்கு சமபாகங்களாகப் பிரிக்கவேண்டும். இதில் எதிர் எதிராக உள்ள மண்ணை மட்டும் எடுத்து, தாளில் பரப்பி அதிலும் விரல்களால் '+' குறிபோட்டு வேறு எதிரெதிர் பாகத்தை எடுத்து ஒன்று சேர்த்து நமக்கு தேவையான மண் அளவாக குறையும் வரைச் செய்ய வேண்டும். இதற்கு, பகுதி பிரிக்கும் முறை எனப் பெயர்.
11. இந்த முறைப்படி அரை கிலோ மண் கிடைக்கும் வரை பிரித்து எடுக்க வேண்டும்.
12. இந்த மண்ணை ஒரு சுத்தமான துணிப்பை. அல்லது துளையிடப்பட்ட பயன்படுத்தாக பாலிதீன் பையில் போட்டு மூட்டை கட்ட வேண்டும். கீழ்கண்ட விபரங்களுடன் கூடிய சீட்டையும் இதனோடு இணைப்பது அவசியம். விவசாயியின் பெயர் மற்றும் முகவரி, சர்வே எண் அல்லது நில விபரம், கிராமம், வட்டம், மாவட்டம், பாசன விபரம் பயிரிட்ட முந்தைய பயிர், பயிரிடப் போகும் அடுத்த பயிர்.
13. எடுக்கப்பட்ட மண்மாதிரியை மாவட்டந்தோறும் அமைந்துள்ள மண்பரிசோதனை நிலையத்தில், கட்டணத்தைக் கட்டிச் சேர்த்துவிட வேண்டும்.
14. நமது மண்ணை அறிவியல் பூர்வமாகப் பகுப்பாய்வு செய்து நமக்கான மண்பரிசோதனை முடிவுகளை வழங்குவர்.

செய்யக் கூடாதவை அல்லது கவனிக்க வேண்டியவை :

1. வரப்பு ஓரங்களிலிருந்து மண் மாதிரி எடுக்கக் கூடாது.
2. குப்பை குவித்த இடங்களில் மண்மாதிரி எடுக்கக் கூடாது.
3. உரக்குழி, எருக்குழி அருகே மண் மாதிரி எடுக்கக் கூடாது.
4. உரமிட்டதும் வயலில் மண் மாதிரி எடுக்கக் கூடாது.
5. பயிர் இருக்கும்போது மண்மாதிரி எடுக்கக் கூடாது.
6. நிழல் உள்ள பகுதி, வாய்க்கால் ஓரம், மிகவும் ஈரமுள்ள பகுதியில் மண்மாதிரி எடுக்கக் கூடாது.
7. அறுவடைக்குப் பின் அல்லது உரமிடுவதற்கு முன்னர்தான் மண் மாதிரி எடுக்க வேண்டும்.
8. மண் மாதிரி எடுக்க உரப்பைகளைப் பயன்படுத்தக் கூடாது.
9. ஒரு நிலத்திலிருந்து குறைந்தது 10 மாதிரிகளை எடுக்க வேண்டும்.
10. அரசின் பதிவுகளுக்காக தகவல் அட்டையை மறக்காமல் இணைத்து அனுப்ப வேண்டும்.

பாசன நீர் பரிசோதனை

ஒரு நிலத்தில் மண்மாதிரி எடுத்தவுடன் நிலத்தைப் பற்றி முழுவதும் அறிந்து கொள்ள முடியாது. நல்ல நிலையில் மண்கூட விளைச்சலில் தவறு செய்து விடலாம். அதற்கான காரணி 'பாசன நீர்'. மண் பரிசோதனைக்கூடத்திலேயே பாசன நீரையும் பரிசோதனை செய்துகொள்ளலாம். பாசன நீர் மாதிரி எடுப்பது எளிய முறை. மினரல் வாட்டர் என அழைக்கப்படும் குடி தண்ணீர் விற்கப்படும் 1 லிட்டர் பாட்டிலை மூடியுடன் எடுத்துக் கொள்ளுங்கள். மின் மோட்டாரை இயக்கி தண்ணீர் ஓடிய பத்து நிமிடங்களுக்குப் பின் குழாயில் விழுகும் தண்ணீரைக் கொண்டு பாட்டிலை பலமுறை அலசிக் கொள்ளவும், பின்னர் குழாயிலிருந்து பாட்டிலில் 1 லிட்டர் நீர் பிடித்து மூடி அதனை பாசன நீர் சோதனைக்கு அனுப்பலாம். ஒரு மண் ஆய்வுக்குப்பின் ஒவ்வொரு மண் மாதிரிக்கும் கீழ்கண்ட விவரங்கள் ஆய்வின் முடிவாக கொடுக்கப்படுகிறது.

மண்ணின் நலம் மண்ணின் சுண்ணாம்பு தன்மை, களர் அமில நிலை P^H, உப்பின் நிலை EC, ஏக்கருக்கு உள்ள சத்துக்களின் நிலை கிலோவில் தழைச் சத்து N, மணிச்சத்து P_3O_5, சாம்பல் சத்து K_2O நுண் ஊட்டச் சத்துக்களான இரும்பு Fe, துத்தநாகம் Zn, மங்கனீஸ் Mn, காப்பரின் இத அளவு போன்றவை அளவீடு செய்யப்பட்டு கொடுக்கப்படுகின்றது.

பாசன நீர் ஆய்வின் முடிவுகளில் கீழ்கண்ட விபரங்கள் கிடைக்கும் பாசன நீரில் களர் அமில நிலை PH, உப்பின் நிலை d s/m கார்பனேட் me/l, பை கார்பனேட், குளோரைடு, சல்பேட், கால்சியம் மக்னீசியம், சோடியம், பொட்டாசியம், எஞ்சிய சோடியம் கார்பனேட் RSC, சோடியம் ஈர்ப்பு விகிதம் SAR, தர வகைப்பாடு, பிரதான உப்பின் வகை ஆகியவற்றைக் குறித்த விபரம் கிடைக்கும். பாசன நீரின் தன்மைக்கு ஏற்ப அதனை எவ்வாறு பராமரிக்கலாம் என்பதற்கான பரிந்துரைகளும் கிடைக்கும்.

மண்ணை வளமாக்க

வளமான மண்ணில் உள்ள அனைத்துச் சத்துக்களையும் மண் சரியான காலத்தில், சரியான அளவில் பயிர்களுக்குக் கிடைக்கச் செய்வதைத்தான் நாம் மண்வளம் என்கிறோம். பயிர் விளைச்சல் குறைவதற்கு பல காரணங்கள் இருந்தாலும் மண்ணின் வளம் முக்கிய காரணமாக விளங்குகிறது. நாட்டில் பல விவசாயிகள் பிரச்னைகளுக்குட்பட்ட நிலங்களில் சாகுபடியை மேற்கொண்டு வருகின்றனர்.

உதாரணமாக களர், உப்பு, அமில நிலங்கள், மேல் மண் மற்றும் கீழ் மண் இறுக்கமுடைய நிலங்கள், வடிகால் வசதியில்லாத நீர்பிடிப்பு நிலம் போன்றவை. இவை சில இயற்கையாகவே இருந்தவை; இன்னும் சில காலப்போக்கில் சாகுபடியினால் மாறியவை.

இவ்வாறு இடர்பாடுகளை உடைய சாகுபடி நிலங்கள் இந்தியாவில் சுமார் 175 மில்லியன் ஹெக்டேர் எனவும், தமிழகத்தில் சுமார் 30 லட்சம் ஹெக்டேர்

நிலம் உள்ளதாகவும் கணக்கிடப்பட்டுள்ளது. உணவு உற்பத்தியில் நாம் தன்னிறைவு கண்டாலும் மேலும் உணவு மற்றும் வேளாண் உற்பத்தியை பெருக்கி நம் நாட்டின் ஒட்டுமொத்த முன்னேற்றத்திற்கு வழிவகை செய்ய இம்மாதிரியான பிரச்னையான நிலங்களையும் விளைநிலமாக மாற்றி விவசாயத்திற்கு உட்படுத்த வேண்டும்.

இந்த நிலங்களைச் சீர்திருத்த தேவையான தொழில்நுட்பங்களை விவசாயிகள் அறிந்து செயல்படுத்தினால் மட்டுமே இடுகின்ற இடுபொருள் நன்கு பயன்பட்டு நல்ல விளைச்சலை எதிர்பார்க்கலாம்.

பொதுவாக மண்ணில் ஏற்படுகின்ற பிரச்னைகளை மூன்று விதமாகப் பிரிக்கலாம். 1. பௌதிக பிரச்னைகள் 2. வேதியல் பிரச்னைகள் 3. நுண்ணுயிர் பிரச்னைகள். ஒரு மண்ணில் பௌதிக பிரச்னை என்பது அடி மண், மேல் மண் இறுக்கம் குறித்தது.

நிலத்தில் பயிர் நன்றாக விளைய வேண்டுமானால் பயிருக்கு போதுமான உணவுச்சத்துகள் கிடைக்க வேண்டும், பயிர்களின் வேர்கள் ஆழமாக அகன்று, பரந்து வளர்வதற்கு வேண்டிய சூழ்நிலைகள் மண்ணில் இருக்க வேண்டும்.

சிலசமயம் மண்ணின் அடிப்பாகம் இறுக்கமடைந்து கடினமாகக் காணப்படும். மண்ணின் மேற்பகுதியில் உள்ள களித்துகள்கள் நீரினால் கரைத்து கீழ்நோக்கி இழுத்துச் செல்லப்பட்டு மண்ணின் அடிப்பகுதியில் சேர்வதாலும், இவற்றுடன் இரும்பு மற்றும் அலுமினிய ஆக்ஸைடு சேருவதாலும் அடிமண் இறுக்கம் ஏற்படுகின்றது. இதனால் பயிர்களின் வேர்கள் ஊடுருவ வளர இயலாது. நிலத்தினுள் நீர் செல்ல இயலாமல் தேங்கும், நிலத்தில் நீர் தேங்குவதால் பயிர் வளர்ச்சிக்கு தேவையான காற்றோட்டம் கிடைக்காமல் பயிர் வளர்ச்சி பாதிக்கப்படும்.

மண்ணின் இறுக்க நிலையைப் போக்க உளிக் கலப்பை கொண்டு 50 செ.மீ. ஆழத்திற்கு உழவு செய்ய வேண்டும். தொழு, எரு, கம்போஸ்ட், தழை உரம் பயிர்கள், வைக்கோல், சக்கரை ஆலைக் கழிவு (பிரஸ் மட்) நெல் உமி போன்ற மண் திருத்திகளை இட்டு நன்கு உழவு செய்ய வேண்டும்.

இதன் காரணமாக மண்ணின் இறுக்கம் நீங்கி மண் நெகிழ்வடையும். மக்கா சோளம், கம்பு போன்ற பயிர்களை அதிக இறுக்கம் உள்ள நிலத்திலும், அவரை போன்ற பயிர்களை ஓரளவு இறுக்கமான நிலத்திலும், நிலக்கடலை, சூரியகாந்தி போன்ற சற்று இறுக்கம் குறைந்த நிலத்திலும் சாகுபடி செய்யலாம்.

இரும்பு மற்றும் அலுமினிய ஆக்ஸைடு களிகள் ஓரளவு ஈரப்பசை சூழ்நிலையில் மேல் மண் இறுக்கத்தை ஏற்படுத்துவதனால் நிலத்தில் விதை முளைப்பது பாதிக்கப்படுகின்றது. மண்ணின் காற்றோட்டம் பாதிக்கப்பட்டு பயிரின் வேர்கள் சரியாக வளர்வதில்லை. மண்ணின் நீர் உட்புகும் தன்மை

குறைவதால் மண் அரிமானம் ஏற்படுகிறது. மேல் மண்ணின் இறுக்கத்தை சரிசெய்ய மண்ணில் சரியான அளவில் ஈரப்பதம் இருக்கும்போது ஹெக்டருக்கு விவசாய சுண்ணாம்பு (Agricultural lime) 2 டன்கள் இட்டு நிலத்தை நன்கு உழவு செய்ய வேண்டும். இதனைத் தவிர, தொழு எரு, மக்கிய தென்னை நார் கழிவு, சக்கரை ஆலைக் கழிவு ஆகியவற்றை ஹெக்டேருக்கு 12 1/2 டன் என்ற அளவில் மண்ணின் இயல்புத் தன்மையை சீராக்கலாம்.

தஞ்சை மாவட்டத்தில் சுமார் 26000 ஜெக்டர் நிலத்தில் மிகவும் இளகிய மண் அமைப்புகள் உள்ள நிலப்பரப்பு உள்ளது. மண் இறுக்கம் எவ்வாறு பிரச்னைக்குரிய பௌதிக குணமாக கருதப்படுகின்றதோ அதேபோல மண் அளவுக்கதிகமாக இளகிய மண்ணாக இருப்பதும் பிரச்னைக்குரியதே. இவ்வகை நிலங்களில் உழும்போது உழவு மாடுகளின் கால்களோ, பவர் புல்லர் டிராக்டரின் சக்கரங்களோ நிலத்தில் நன்றாக பதிந்து கொண்டு வெளியில் எடுப்பதே சிரமமான வேலையாக இருக்கின்றது.

இதற்கு முக்கியமான காரணம், இந்த இளகிய மண்ணின் குறைந்த மண் அடர்த்தியே (Bulk density) ஆகும். எனவே, மண்ணின் அடர்த்தியை அதிகரிக்க மண் இறுக்கம் செய்ய வேண்டும். இதற்கு முன்னர் சுமார் 400 கிலோ எடையுள்ள உருளைகளைக் கொண்டு 8-10 முறை மண்ணிற்கு மேல் உருட்டி மண் இறுக்கம் ஏற்படுத்தலாம். இதற்கு பெரிய இரும்பு உருளையை உருட்டி செல்வதை விட, நீர் நிரப்பும் தகர உருளையை பயன்படுத்தலாம். இதைத் தோளில் தூக்கிச் சென்று வயலில் வைத்து நீரை நிரப்பி எடையை அதிகப்படுத்தி உருட்டியபின் நீரைக் கொட்டிவிட்டு எளிதாக வீட்டிற்கு கொண்டு வந்து விடலாம்.

நில வகைகள்

மண்ணின் வேதியல் அடிப்படையில் அதனைக் கூறுபடுத்தும் போது உவர் நிலம், களர் நிலம், உவர்களர் நிலம், அமில நிலம் என வகைப்படுத்தலாம்.

நீரில் கரையக்கூடிய உப்புக்களின் அளவு மிக அதிக அளவில் நிலத்தில் தங்கிச் சேரும்போது உவர் நிலம் உண்டாகிறது. கால்வாய் பாசனத்தால் நிலத்தடி நீர் உயர்ந்து உப்புக்கள் நிலத்தின் மேல் பகுதியில் படிந்துவிடும். சாதாரணமாக சோடியம் குளோரைடு, சல்பேட்டு உப்புகள் இருக்கும். வெயில் காலங்களில் இந்த உப்புக்கள் வெண்மையாக படர்ந்திருப்பதைக் காணலாம். இத்தகைய உப்புக்களின் அளவு ஒரு குறிப்பிட்ட அளவுக்கு மேல் சேரும்போது பயிர் நீரையும், சத்துக்களையும் நிலத்திலிருந்து உறிஞ்சி, உட்கொள்ளும் திறன் பாதிக்கப்படுவதால் பயிர்வளர்ச்சி குன்றுகிறது. இவை தடித்தும் அளவில் சிறியதாகவும் காணப்படும்.

நிலத் திருத்தம்

உவர் நிலத்தை சீர்திருத்த உழவியல் முறைதான் சிறந்தது. முதலில் உவர் நிலத்தை பல பாத்திகளாகப் பிரித்து வரப்புகள் கட்டி அதில் நல்ல, நீரைப்

பாய்ச்சி, உழுது பின் நீரை வெளியேற்ற வேண்டும். இதனால் உப்புகள் நீரில் கரைந்து வெளியேற்றப்படுகிறது. வறண்ட காலங்களில் நில மட்டத்தில் படிந்துள்ள உப்பு மண்ணை சுரண்டி எடுத்தும் அப்புறப்படுத்தலாம். தழை, தொழு உரங்கள் மக்கவைத்த தென்னைநார் கழிவு, கரும்பாலைக் கழிவு போன்றவற்றை சேர்த்து நன்கு உழவு செய்து நல்ல நீரைக் கொண்டு பாசனம் செய்ய வேண்டும். இத்துடன் உவரைத் தாங்கி வளர்கின்ற பயிர் வகை, ரகங்களை தேர்ந்தெடுத்து பயிரிடலாம். நெல், பருத்தி, கேழ்வரகு, சூரியகாந்தி, சோளம் மற்றும் தீவனப் பயிர்களைப் பயிரிடலாம். நெல்லில் கோ43, ஐகீ 20, ஆடுதுறை 36, ஐகீ 50 போன்றவை உவர் தாங்கி வளரும் ரகங்களாகும். மேலும் நீர்பாசனத்தின்போது ஒரேமுறை அதிக அளவு நீரைப் பாய்ச்சாமல் குறைந்த அளவு நீரை, குறைந்த இடைவெளியில் பாய்ச்சுதல் பயனளிக்கும்.

மண்ணில் ஏற்படும் வேதியியல் மாற்றத்தால் சோடியம் என்ற அயனி அதிக களியின் மேல் ஒட்டிக் கொள்வதால் களர் நிலம் உண்டாகிறது. இந்த சோடியம் என்ற அயனி பல வகைகளில் பயிர்களுக்கு இன்னல் தருகின்றது. களர், மண்ணில் சோடியம் கார்பனேட்டு அதிக அளவில் படிந்து காணப்படும் சோடியம் கார்பனேட்டானது தண்ணீருடன் (ஹைட்ரஜன் ஆக்ஸைடு) கலந்து சோடியம் ஹைட்ராக்ஸைடை தோற்றுவிக்கும்.

மேலும், இது மண்ணிலுள்ள ஹூமிக் அமிலத்துடன் கலந்து சோடியம் ஹூமட்டு ஆகி மண்ணில் கருப்பாக மாறும். களர் மண்ணின் காரநிலை (PH) 8.5க்கு மேல் இருப்பதனாலும் மண்ணில் சோடியத்தின் சதவீதம் 15க்கு மேல் இருப்பதனாலும் பயிர் ஊட்டங்கள் குறைந்த அளவே காணப்படுகிறது. மின்கடத்தும் திறன் (EC) 4 மில்லிமோஸ்/செ.மீ. என்ற அளவிற்கும் குறைவாக இருக்கும். சோடியம் அயனிகள் அதிகமாக இருப்பதால் களர் மண்ணில் இருக்கும் கரிப்பொருளும், கரிமப் பொருளும் ஒன்றோடொன்று சேராமல் பிரிந்து இருக்கும். இந்த மண் வெயில் காலங்களில் மிகவும் கடினமாகவும், மழைக் காலத்தில் குழைந்தும் காணப்படும். மண்ணிலிருந்து தேவைப்படும் ஆக்ஸிஜன் தாவரங்களுக்கு குறைவாக இருக்குமாதலால் களர் மண்ணில் குறைவாக இருக்கும் ஊட்டச்சத்துக்களையும் எடுக்க இயலாது. இயற்கையாகவே இருக்கும் நுண்உயிர்களும் சரியாக செயல்பட முடியாது.

களர் நிலத்தை சீர்திருத்த ஜிப்சம் எனும் வெளி இடுபொருளை பயன் படுத்தலாம். இதற்கு முதலில் நிலத்தை மேடு பள்ளமின்றி பரம்பு அடித்து சமப்படுத்திக் கொள்ளவேண்டும். மண்பரிசோதனை பரிந்துரைப்படியான நன்கு பொடி செய்த ஜிப்சத்தை மேற்பரப்பில் தூவி நல்ல நீரை 20 செ.மீ. உயரத்திற்கு இரண்டு நாள்கள் தேக்கி வைத்து நீரை வடிக்க வேண்டும். இதே போன்று மேலும் இரண்டு முறை நீரை தேக்கி பின்னர் வடித்தால் நிலத்தில் அதிகப்படியாக உள்ள சோடியம் அயனிகள் குறையும்.

இயற்கை வேளாண் வேதியலார்களால் ஜிப்சம் அங்கீகாரம் செய்யப் பட்டதே. களர் நிலத்தை சீர்திருத்த மிகச் சிறந்த பசுந்தாள் உரப் பயிர்

தக்கைப்பூண்டு. பாஸ்போ பாக்ட்ரீயம், அசோஸ்பைரில்லம் இரண்டையும் தக்கைப் பூண்டு விதைகளுடன் அரிசி கஞ்சி கொண்டு கலந்து புரட்டி நிழலில் காயவைத்து களர், நிலத்தில் விதைத்து தக்கைப் பூண்டு பூக்கும் சமயத்தில் தழையை அதே நிலத்தில் மடக்கி உழவு செய்து மக்கச் செய்ய வேண்டும். தக்கைப் பூண்டிற்கு இணையான களர்நில சீர்திருத்தும் பயிர் வேறு எதுவும் கண்டுபிடிக்கப்படவில்லை.

மண்ணில் கால்சியம், மக்னீசியம் போன்ற அயனிகளை விட ஹைட்ரஜன் அயனி அதிக அளவில் சேர்ந்தால் அமிலத்தன்மை ஏற்பட்டு அமில நிலங்களாக மாறுகின்றன. இவ்வகை நிலங்களில் பல பயிர் உணவுச் சத்துக்கள் கிடைக்கும் திறன் குறைவதாலும் இரும்புச்சத்து அதிக அளவு கிடைப்பதாலும் பயிர் வளர்ச்சி பாதிக்கப்படுகின்றது. மண்ணின் கார அமில நிலை 5-க்கு கீழ் இருப்பதால் அலுமினியம், இரும்பு, மங்கனீசு அயனிகள் அபரிமிதமான அளவில் தோன்றும். இவைகள் பயிர்களுக்கு பிரச்னை விளைவிக்கும் நச்சுத்தன்மை வாய்ந்தவை. மேலும் அமிலத்தன்மை அதிகமாக உள்ள நிலங்களில் வேர் முடிச்சுகளில் வாழும் ரைசோபிய நுண்ணுயிர்கள் சரிவர செயல்படாது. எனவே மண்ணில் உள்ள ஹைட்ரஜனை எப்படி சிக்கனமான முறையில் வெளியேற்றுவது என்பதே அமில மண்ணை சீர்திருத்துவது என்பதில் முக்கியமான பணி.

வேளாண் சுண்ணாம்பு (agricultural lime) என்று அழைக்கப்படும் சுண்ணாம்புக் கல்லை அடுப்புக்கரியுடன் கலந்து சுண்ணாம்பு காளவாசலில் இட்டு சுட்டு வரும் சுண்ணாம்பை தூளாக்கி நிலத்தில் மண் பரிசோதனைப் பரிந்துரையின் அளவில் தூவ வேண்டும். நிலத்தில் ஈரம் இருக்குமாறு பார்த்துக் கொள்ள வேண்டும். பொதுவாக மலைத் தோட்ட நிலம், சரிவான நிலம் அமிலத் தன்மையுடன் இருக்கும்.

மண்ணில் ஹைட்ரஜன் அயனிகள் அதிகரிக்கும்போது மண் அமிலத்தன்மை அடைகின்றது எனவும், ஹைட்ரஜன் அயனிகள் மிகக் குறைவாக இருந்தால் காரத்தன்மை அடைகின்றது எனவும் புரிந்துகொள்ளலாம். மண்ணின் கார, அமிலத்தன்மைகளை கஏ அளவீட்டின் மூலம் அறியலாம். ஒரு பங்கு மண்ணும் ஐந்து பங்கு நீரும் கலந்த கலவையில் கஏ 5.5-க்கு கீழே இருந்தால் அமில மண்ணென்றும் Acid soil, 8.5க்கு மேலே இருந்தால் கார மண்ணென்றும் Alkaline soil அறியலாம். PH7 உள்ள மண் நடுநிலையான மண் என கொள்ளலாம்.

மண்ணின் கூட்டமைப்பு (Soil Texture) என்பது மணல், வண்டல், களி ஆகிய மூன்றும் கலந்ததே. இது எந்த விகிதத்தில் கலந்துள்ளது என்பதை மதிப்பீடு செய்வதே மண்ணின் கூட்டமைப்பு சோதனையாகும். மண்ணின் நீர் தேக்கும் திறன், நீர் கடத்தும் திறன், காற்றோட்டம், உப்பு தாங்கும் தன்மை முதலிய இயல்புப் பண்புகள் கூட்டமைப்பைச் சார்ந்தவை. மண்ணின் கூட்டமைப்பைக் கீழ்கண்ட எளிய பரிசோதனை மூலமாக நாமே அறியலாம்.

கைப்பிடி அளவு மண்ணை எடுத்துக்கொண்டு உள்ளங்கையில் வைத்து கொஞ்சம் கொஞ்சமாக நீர் சேர்த்து பிசைந்து கொள்ள வேண்டும். இதை 4 செ.மீ. அளவுள்ள உருண்டையாக மாற்றி கையில் லேசாய் ஒட்டியும் ஒட்டாத அளவிற்கு நீர் சேர்த்து உருட்டி, இந்த மண் உருண்டையை கட்டை விரலுக்கும், ஆள்காட்டி விரலுக்கும் இடையில் அழுத்தி நாடாவாக மாற்றவும். இவ்வாறு செய்கையில் நாடா உடையத் துவங்கும். உடையும்போது உடைந்த துண்டுகளின் நீளத்தை அளந்து குறித்துக்கொண்டு கீழ்கண்ட அட்டவணையைப் பயன்படுத்தி மண்ணின் கூட்டமைப்பு Soil texture அறியலாம்.

மண் நசிய மக்கள் நசிவர் என்பது விவசாயிகளும், மக்களும் அறிந்த உண்மை. பெரும் மழை, பலத்த காற்றினால் மண் அரிப்பு ஏற்பட்டு மண் வளம் குறைகின்றது. ஒரு அங்குல உயரத்திற்கு மண்வளம் பெருகுவதற்கு சுமார் 1000 ஆயிரம் ஆண்டுகள் தேவைப்படலாம். ஆனால், நிலத்திற்கு மேல் உள்ளதாவர இனம் அழிந்தால் வெயிலினாலும், காற்றினாலும் மழையினாலும் வளம் சில ஆண்டுகளிலே இடம் விட்டு அகற்றப்பட்டு விடுகின்றது.

ஒரே உயரமுள்ள இடங்களில் நிலத்தின் சரிவுக்கு குறுக்காக சம உயர வரப்புகள் - 'கான்டூர் வரப்பு' (Contour Bund) அமைத்தால் நீரினால் அப்பகுதி யில் ஏற்படும் அரிப்பைத் தடுக்க முடியும். இந்த வரப்புகள் அமைக்கப்படு வதால் நிலம் சிறு சிறு பகுதியாகப் பிரிக்கப்படும். வரப்புகளுக்கு இடையே சரிவுக்கு குறுக்காகவே உழவு செய்ய வேண்டும். அப்போது நிலங்களில் விழு கின்ற மழைநீர் அந்த நிலத்திலேயே தங்கிவிடும். வெள்ளப் பெருக்கெடுத்து ஓடாததால் மண் அரிப்பு தடுக்கப்படும். நீரும் மண்ணுக்குள் செல்வதால் நிலத்தடி நீரும் உயரும்.

மண் உருண்டையின் தன்மை	கூட்டமைப்பு
உருண்டையாக்குவது கடினம், உருண்டை இலகுவாகச் சிதையும். 1 செ.மீ.க்கும் குறைவான நாடாவாகும். மணல் கூறுகள் கையில் நிறைய நிரடும்.	மணல்சாரி மண் Sandy soil
மிருதுவான பஞ்சு போன்ற உருண்டை களாக்கலாம் 4 செ.மீ.க்கும் குறைவான நாடாவாகும். மிக சிறிதளவு மணல் நிரடும். உருண்டைகள் கையால் லேசாக ஒட்டும்.	வண்டல் மண் Loamy soil
மிருதுவான நெளிந்து வளையும் உருண்டையாகும். 5.7 செ.மீ.க்கு மேற்பட்ட நீளமுள்ள நாடாவாக்கலாம். அதிகமாக கையில் ஒட்டும். மணல் நிரடாது.	களி மண் Clay soil

தென் மேற்குப் பருவக் காற்றின்போது மணல்சாரி நிலங்களில் காற்றினால் மண் அரிப்பு ஏற்படுகின்றது. மணல் மிகுந்த நிலத்தில் மணல் இம்மிகள் பிடிப்பு இல்லாமலிருக்கும், வேகமாக வீசும் காற்று மணல் இம்மிகளை அகற்றி சென்றுவிடும். இவ்வகையில் மணல் அரிப்பை தடுக்க காற்று வீசும் திசைக்கு குறுக்காக பல வரிசையில், பல்வேறு வகையான மரங்களைப் பயிர் செய்து காற்று தடுப்பு தாவரச் சாலையை ஏற்படுத்தி விட்டால் காற்று நேரிடையாக தரையைத் தாக்காது. ஆகவே மண் அரிப்பும் ஏற்படாது.

இந்த வகை சாலையை ஒரு பிரமிடு போன்ற வரிசையில் தோற்றமளிக்குமாறு வளரும் தாவரம் கொண்டு அமைக்க வேண்டும். வரிசையாக நடவு செய்கையில் முதலில் விராலி, காட்டாமணக்கு போன்ற குத்துச் செடிகளும் அடுத்து உயரம் குறைவான முந்திரி, உடை போன்ற மரங்களும், அடுத்து உயரமாக வளரும் தைலமரம், பனைமரம், சவுக்கு போன்ற மரங்களும் அடுத்து புளி, நாவல் போன்ற மரங்களையும் நட வேண்டும். 160 மீட்டருக்கு ஒன்றாக நீளமாக இந்த காற்று தடுப்பு சாலை அரசால் அமைக்கப்பட்டு தேனி மாவட்டம் போடி, தேவாரம், கம்பம் பகுதியில் மாபெரும் வெற்றி யடைந்தது.

கோடை உழவு என்பதும் மண்வளம் காக்கும் செயலே. கோடை உழவு செய்வதால் மண்ணின் அடிப்பகுதியில் உள்ள பயிர் சத்துக்கள் மேலே கொண்டு வரப்பட்டு அடுத்து சாகுபடியாகும் பயிருக்கு கிடைக்க வாய்ப்பாக மேல் மட்டத்தில் இருப்பு வைக்கப்படுகிறது. கோடை உழவினால் நிலத் திலுள்ள களைகள் அவ்வப்போது அழிக்கப்படுகின்றன மண்ணில் உள்ள கூட்டுப்புழுக்கள் வெளியில் கொண்டு வரப்படுகின்றன இதனை பறவைகள் தின்று அழித்துவிடுகின்றன. ஆகவே பூச்சிகளின் தாக்குதல் குறையும். மழைநீர் வழிந்து ஓடாது மண்அரிப்பு தடுக்கப்படும். கோடை மழை பூமியால் இழுக்கப்படுவதால் நிலத்தடி நீர் உயரும்.

நம் நாட்டில் நில வளமும், நீர் வளமும் சிறந்த முறையில் உள்ளது. இந்தியா வில் ஒரு ஆண்டிற்கு சராசரியாக பெய்யும் மழையளவு 1250 மி.மீட்டர், இது உலகத்தில் சராசரியாக பெய்யும் 900 மி.மீட்டர் மழையை விட அதிக அளவாகும். இதேபோன்று சாகுபடி செய்யும் நிலப்பரப்பு மற்ற சில பின்தங்கிய நாட்டில் உள்ள ஒரு நபருக்கு இருக்கும் அளவை விட அதிகமாக இருக்கின்றது. உலகிலேயே அதிக மக்கள் தொகை உடைய சீனாவில் பயிர் செய்யத் தகுந்த நிலப்பரப்பு சுமார் 100 மில்லியன் ஹெக்டேர்தான். ஆனால் சீனாவை விட மக்கள் தொகை குறைவாக உள்ள நம் நாட்டில் பயிர் செய்யத் தகுந்த நிலப்பரப்பு சுமார் 150 மில்லியன் ஹெக்டேர்.

ஆக வளம் மிக்க நாட்டில் நாம் பிறந்து வாழ்ந்து கொண்டிருக்கிறோம். நம் மண்வளத்தை நாம் பேணிக் காத்தால் விவசாயத்தில் உலக சாதனைகளை நம்மால் நிச்சயம் செய்ய முடியும்.

3. மண்ணை வளமாக்கும் மருந்துகள்

யாவர்க்குமாம் இறைவற்கொரு பச்சிலை
யாவர்க்குமாம் பசுவுக்கொரு வாயுறை
யாவர்க்குமாம் உண்ணும்போதொரு கைப்பிடி
யாவர்க்குமாம் பிறர்க்கு இன்னுரைதானே

- திருமூலர்

இயற்கை வேளாண்மை என்பது ஒரு நீண்டகால செயல்முறைத் திட்டம். துவங்குவதும், செயல்படுவதும் எளிதே போன்று தோன்றினாலும் வெற்றியினை எட்டிட செயல் திட்டம் முழுமையாக தீட்டப்பட வேண்டும். அநேகமாக ஒவ்வொரு விவசாயிகளிடத்தும் இப்போது இருப்பது குறையுள்ள மண். நிலம். காடு திருத்தி கழனியாக்கி செந்நெல் விளைவித்த தெல்லாம் அந்தக் காலம். கிழடு தட்டி, மலடாகிக் கிடக்கும் நிலத்தை வள மாக்க என்னென்ன வழிமுறைகள் உள்ளன. பயிர்களை வீறுகொண்டு வரை என்னென்ன வகை கரைசல்கள் உள்ளன என்பதைக் காணலாம்.

இவைகளெல்லாமே அனுபவ வடிவங்கள்... தவறுகளுக்குப் பின் திருத்தப் பட்டவை. அப்படியே கடைபிடித்தால் வெற்றி நிச்சயம். இதில் கூறப்படும் பொருள்கள் அனைத்தும் மிக எளிதில் கிடைப்பனவே இதற்கென செலவு களும் குறைவே. முன்கூட்டியே திட்டமிட்டு நம் பயிருக்கு தேவையான அளவு நாமே தயார் செய்து கொள்ளலாம்.

மோனோகுரோடாபாஸ், எண்டோசல்பான் போல எந்த கடை கண்ணாடிக்குப் போய் இதனை தேட வேண்டாம். உங்கள் பண்ணையிலேயே தயார் செய்து கொள்ளலாம்.

பலவகை விதைகள் விதைத்தல்

நீண்ட காலமாக பாழ்பட்டு மலடாகிப் போன நிலத்தை மேம்படுத்த ஏற்ற உழவியல் தொழில்நுட்பம்தான் இது. நம் நிலத்தில் பலவகை பயிர்களை சாகுபடி செய்து அதனை 50-லிருந்து 60 நாளில் மடக்கி உழவு செய்தால் அதனால் கிடைக்கின்ற ஊட்டச்சத்து சமச்சீரானதாகவும், மண்ணிற்கு தேவை யான நுண்ணூட்ட சத்துக்கள் நிறைந்ததாகவும் இருக்கும். தக்கைப்பூண்டு, சணப்பு, கொளுஞ்சி, செஸ்பேனியே போன்ற பயறு வகை பயிர்களில் ஏதேனும் ஒன்றை சாகுபடி செய்து அதனை சேற்றுடன் சேர்த்து மடக்கி உழவு செய்து பரம்படித்து நெல் நடவு செய்து பொதுவாக கடைபிடித்து வரும் தொழில்

நுட்பம். இது நஞ்சை நிலங்களுக்கு நெல் சாகுபடியின்போது சிறப்பானதாக இருக்கின்றது. அதிக அளவில் தழைச்சத்தை நிலத்திற்கு கொடுக்கின்றது.

ஆனால் இந்த பலவகை விதைகளை சாகுபடி செய்து மடக்கி உழவு செய்யும் போது நஞ்சை நிலங்களுடன், தோட்டக்கால் மற்றும் புஞ்சை நிலங்களையும் ஊட்டமேற்றிய நிலமாக மாற்றலாம். இவ்வாறு மடக்கி உழவு செய்ய மாட்டுக்கலப்பை சரிவர பயன்படுவதில்லை. டிராக்டர் அல்லது பவர் டில்லர் மூலம் ரோட்ராவேட்டர் கலப்பை கொண்டு உழவு செய்தால் பலவகைப் பயிர்கள் சிறிய சிறிய துண்டுகளாக வெட்டப்பட்டு மண்ணுடன் நன்கு கலக்கப்படுகின்றது. உழவிற்குப் பின் பாத்திகள் அமைக்கும்போதோ இடைஞ்சலாக இருப்பதில்லை. பலவகை விதை விதைக்க தேவைப்படும் விதைகளின் பட்டியல் இனி:

அ. சிறு தானிய வகை

நாட்டு சோளம்	-	1 கிலோ
நாட்டு கம்பு	-	1/2 கிலோ
திணை	-	1/4 கிலோ
சாமை	-	1/4 கிலோ
குதிரை வாலி	-	1/4 கிலோ

ஆ. பயறு வகை

உளுந்து	-	1 கிலோ
பாசி பயறு	-	1 கிலோ
தட்டை பயறு	-	1 கிலோ
கொண்டை கடலை	-	2 கிலோ
துவரை	-	1 கிலோ
கொத்தவரை	-	1/2 கிலோ
நரிப் பயறு	-	1/2 கிலோ

இ. எண்ணெய் வித்துக்கள்

எள்	-	1/2 கிலோ
நிலக்கடலை	-	2 கிலோ
சூரிய காந்தி	-	2 கிலோ
சோயா பீன்ஸ்	-	2 கிலோ
ஆமணக்கு	-	2 கிலோ

ஈ. மசால் வகை

கொத்தமல்லி	-	1 கிலோ
கடுகு	-	1/2 கிலோ
சோம்பு	-	1/4 கிலோ
வெந்தயம்	-	1/4 கிலோ

உ. தழைச்சத்து

சணப்பு	-	2 கிலோ
தக்கப்பூடு	-	2 கிலோ
காணம்	-	1 கிலோ
நரிப்பயறு	-	1/2 கிலோ
வேலி மசால்	-	1/4 கிலோ
சித்தகத்தி	-	1/2 கிலோ
அகத்தி	-	1/2 கிலோ
கொளுஞ்சி	-	1 கிலோ

எல்லா வகைப் பயிர் விதைகளையும் சேர்த்து ஏக்கருக்கு 30 கிலோ வருமாறு விதைக்க வேண்டும். இவை அனைத்தும் வளரும்போது களையே வளராமல் நிலம் அடர்ந்துவிடும். இவ்வாறு மடக்கி உழவு செய்யும்போது நிலத்தில் இலை மக்குகள் அதிகரிக்கின்றது. மண்ணும் பொலபொலப்பு தன்மை அடைகின்றது. அதனால் மண்ணின் நீர்பிடிப்புத் தன்மையும் அதிகரிக்கின்றது.

இயற்கை பயிர் வளர்ச்சி ஊக்கிகள்

செயற்கையாக பலவகை பயிர் வளர்ச்சி ஊக்கிகள் கிடைப்பதனாலும், அதனைப் பயன்படுத்திப் பழகிய நம் உழவர்களுக்கு அதற்கு மாற்றாக அவர்களே அவர்களின் பண்ணையில் எளிதில் தயாரித்து பயன்படுத்தக்கூடிய பயிர் வளர்ச்சி ஊக்கிகளைக் குறித்து காண்போம்.

1.பஞ்சகவ்யம்

இதில் முதன்மையாக இருப்பது பஞ்சகவ்யம். இந்துமத கலாச்சாரத்தில் பன்நெடுங்காலமாக இருந்து வந்த பஞ்சகவ்யத்தை, கொடுமுடியைச் சேர்ந்த ஆங்கில மருத்துவர் நடராசன் அவர்கள் மறுபிறப்பு எடுக்கச் செய்தார். இன்றைக்கு இயற்கை வேளாண்மை என்றாலே பஞ்சகவ்யம் என்றாகி விட்டது.

பஞ்சகவ்யம் செய்ய ஒரு அடிப்படை விதியுள்ளது. அதன் செய்முறையை நமது சூழல், இடம், பொருளாதார வசதி தேவை போன்றவற்றை அனுசரித்து சிற்சில மாற்றங்களை மேற்கொண்டு நாமே செய்து கொள்ள வேண்டும். இதனையும் கடையில் விலை கொடுத்து வாங்கி பயன்படுத்தினால் நாம் இயற்கை வேளாண்மை செய்வதற்கே அருகதையற்றவர்கள் என்றுதான் அர்த்தம். பஞ்சகவ்யம் செய்வதற்கு பிளாஸ்டிக் வாளி டிரம், வாயகன்ற மண்பானை, சிமெண்ட் தொட்டியைப் பயன்படுத்த வேண்டும். உலோக கொள்கலன்கள் விரைவில் அரிக்கப்படும். பஞ்ச காவ்யா செய்யும் முன்னர் அதிலுள்ள மூலப்பொருள்களில் என்னென்ன சத்துக்களிருக்கின்றன என்பதை அறிந்து கொள்வோம்.

20 லிட்டர் பஞ்சகவ்யம் செய்யும் முறையைப் பார்க்கலாம். அவரவர்கள் தேவையைப் பொருத்து இதன் மடங்காக பயன்படுத்திக் கொள்ளலாம். ஏன்,

எப்படி, எதற்கு என்பதை உணர்ந்து தயாரிக்கும்போது நம் தேவையை நாமே பூர்த்தி செய்து கொள்ளலாம்.

தேவையான பொருள்கள்

1. பச்சை பசுஞ்சாணம் - 5 கிலோ
2. பசுவின் கோமியம் - 3 லிட்டர்
3. காய்ச்சி ஆற வைத்த பசும்பால் - 2 லிட்டர்
4. நன்கு புளித்த பசுமாட்டு தயிர் - 2 லிட்டர்
5. பசுவின் பாலில் தயாரித்த நெய் - 1 லிட்டர்
6. கரும்பு சாறு அல்லது பனைக் கருப்பட்டி கரைசல் - 3 லிட்டர்
7. இளநீர் - 3 லிட்டர்
8. நன்கு கனிந்த வாழைப்பழம் - 12
9. சுத்தமான கள் அல்லது பேக்கிங் ஈஸ்ட் - 2 லிட்டர்

தயாரிக்கும் முறை பசுஞ்சாணத்தை 5 கிலோ எடுத்து அத்துடன் 1 லிட்டர் நெய் மட்டும் கலந்து பிசைந்து 3 நாள்கள் வைக்கவும். தினசரி இதனை பிசைந்து விடவும், நான்காம் நாள் இதனுடன் மற்ற பொருள்களை ஒன்றன் பின் ஒன்றாக சேர்த்து நன்கு கலக்கி வாயகன்ற கொள்கலனில் வலை கொண்டு காற்றோட்டமாக மூடி வைக்கவும். இதனை தினசரி இரண்டு முறை கலக்கி, 15 நாள்கள் கடந்த பின் பயன்படுத்தலாம். பஞ்ச காவ்யத்தின் சிறப்புகள், செயல்முறை உத்திகள், பயன்பாடுகள் போன்றவற்றை பின் தனியே காண்போம்.

2. அமுதக் கரைசல்

இது ஓர் உடனடி பயிர் வளர்ச்சி ஊக்கியாக செயல்படுகின்றது. சிறிய, எளிய வேலையில் ஒரே நாளில் கிடைக்கும்.

தேவையான பொருள்கள்

1. மாட்டின் கோமியம் - 1 லிட்டர்
2. பசுஞ்சாணம் - 1 கிலோ
3. பனைவெல்லம் அல்லது ரசாயண மருந்துகள் சேராத சக்கரை கருப்பட்டி - 250 கிராம்
4. தண்ணீர் - 10 லிட்டர்

முதலில் தண்ணீரில் பசுஞ்சாணத்தை கட்டியின்றி கரைத்துக் கொள்ளவும். பின்னர் அதில் பசுவின் கோமியத்தை ஊற்றி கலக்கவும். அத்துடன் நன்கு பொடியாக்கப்பட்ட கருப்பட்டியைச் சேர்த்து நன்கு கலக்கவும். நன்கு கரைத்ததும் மூடி வைத்து விட வேண்டும். 24 மணிநேரம் கடந்ததும் அமுதக் கரைசல் தயார்.

இந்தக் கரைசலை அப்படியே பயிர்களுக்கு தெளிக்கக் கூடாது. இந்தக் கரைசலை 1 லிட்டர் எடுத்துக்கொண்டு அத்துடன் 10 லிட்டர் தண்ணீர் சேர்த்து

கைத் தெளிப்பான் அல்லது விசைத் தெளிப்பான் கொண்டு தெளிக்கலாம். இக்கரைசல் இலை வழியே தழைச்சத்தை கொடுப்பதுடன் பூச்சி விரட்டியாகவும் செயல்படுகின்றது.

3. தேமோர் கரைசல்

இந்தக் கரைசலானது உரக் கடைகளில் விற்பனைக்கு கிடைக்கும் சைட்டோசைம் எனும் பயிர் வளர்ச்சிக்கு இணையானது.

தேவையான பொருள்கள்

1. மோர்	-	5 லிட்டர்
2. தேங்காய்ப் பால்	-	5 லிட்டர்

பெரிய தேங்காய் பத்து எடுத்துக் கொண்டு தேங்காய் துருவலாக்கி அத்துடன் தேங்காய் உடைக்கும்போது கிடைக்கும் தண்ணீரையும் சேர்த்து மிக்ஸி அல்லது கிரைண்டரில் ஆட்டி வெண்மை நிற தேங்காய் பாலை பிரித்து எடுத்துக் கொள்ளவும். பிரித்த பின் கிடைக்கும் தேங்காய் சக்கையை வீணாக் காமல் பசுவிற்கு கொடுக்கலாம். 5 லிட்டர் தேங்காய்ப் பாலுடன் நன்கு புளித்த மோர் 5 லிட்டர் சேர்த்து ஒரு வாரம் ஊற விட வேண்டும்.

ஒரு வாரம் ஊறியவுடன் நன்கு நொதித்து புளித்து வரும். இந்த கலவையை 1 லிட்டர் எடுத்துக் கொண்டு அத்துடன் பத்து லிட்டர் தண்ணீரை சேர்த்து தெளிக்கலாம். இதற்கு பயிரின் வளர்ச்சியினை அதிகப்படுத்தும் தன்மையுண்டு. அத்துடன் பூச்சிகளை விரட்டும் தன்மையுண்டு. பூசண நோய் தாங்கி வளரும் திறனை அதிகப்படுத்தி பயிர்களின் பூக்கும் தன்மையையும் ஊக்குவிக்கின்றது. தெளிக்க இயலாதவர்கள் நிலத்தில் செடிகளின் வேர்ப் பகுதியில் ஊற்றலாம்.

4. அரப்பு மோர் கரைசல்

அரப்பு எனப்படுவது உசிலை மரத்து இலை. இதன் தாவரவியல் பெயர் அலீபிஜியா அமரா (Albizia amara). பத்து கிலோ பச்சை உசிலை மர இலைகளை எடுத்து நன்கு ஆட்டி கூழ் செய்யவேண்டும். அத்துடன் தேவையான நீர் சேர்த்து மீண்டும் அரைக்க வேண்டும். அப்போது பச்சை நிற திரவம் கிடைக்கும். இதனுடன் சமபங்கு புளித்த மோர் சேர்த்து 7 நாள்களுக்கு ஊற விட வேண்டும். இந்த கரைசலை ஒரு லிட்டர் எடுத்துக் கொண்டு அத்துடன் பத்து லிட்டர் தண்ணீர் சேர்த்து தெளிக்கலாம். அரப்பு இலையிலுள்ள ஜிப்ராலிக் அமிலம் வளர்ச்சியூக்கியாக செயல்படுகின்றது.

5. தொல்லுயிர் கரைசல்

காற்றில்லா இடத்தில் வாழும் ஒருவகை நுண் உயிர்கள் தொல்லுயிர்கள் என்றழைக்கப்படுகின்றது. இயற்கை விஞ்ஞானி நம்மாழ்வாரின் சகோதரர் பொறியாளர் பாலகிருஷ்ணன் இதன் மேல் நாட்டத்துடன் பல்வகை ஆய்வுகள் செய்கின்றார். அவர் பெண்கள் தங்கள் விரலுக்கு வண்ணமிட

பயன்படுத்தும் மருதோன்றி இலையை தொல்லுயிர்களைப் பயன்படுத்தி ஆறு மடங்கு பெரிதாக்கி அவரது ஆய்வினைப் பதிவு செய்துள்ளார். இலைப்பரப்பு அதிகமாகும்போது சூரிய அறுவடை அதிகரித்து ஒளிச்சேர்க்கையும் கூடி பயிரின் வளர்ச்சி பன்மடங்காகி மகசூல் கூடுகின்றது. இந்த தொல்லுயிர்கள் தயார் செய்ய சிறிது சிறப்பு கவனம் தேவை.

200 லிட்டர் கொள்ளளவு உள்ள மூடியுடன் கூடிய பிளாஸ்டிக் டிரம் ஒன்றை எடுத்துக் கொண்டு அதன் மூடியின் ஒருபுறம் கரைசல் ஊற்றுவதற்கான ஒரு குழாயை பீப்பாயின் அடிப்பகுதி வரை செல்லுமாறு அமைக்க வேண்டும். இன்னொரு இடத்தில் தொல்லுயிர் கரைசலை எடுக்க ஒரு திறப்பை ஏற்படுத்திக் கொள்ள வேண்டும். டிரமின் கீழ் பகுதியில் எப்போதாவது சுத்தம் செய்ய ஏதுவாக பெரிய திறப்பு ஒன்றை அமைத்துக் கொள்ளுங்கள்.

மீத்தேன் வாயு நீக்கப்பட்டு சாண எரிவாயு கலனிலிருந்து வெளியேறிய சாணக் கரைசல் 75 லிட்டர், 75 லிட்டர் சுத்தமான கிணறு அல்லது ஆழ்குழாய் கிணற்று நீர் (குடிநீரில் குளோரின் கலந்திருப்பதனால் அதனை பயன்படுத்த வேண்டாம்) அத்துடன் 100 கிராம் அன்னபேதி எனப்படும் பெரஸி சல்பேட் உப்பு ஆகியவற்றை கலக்கி, ஏற்கனவே செய்து வைத்த டிரமில் உள்ளே செல்லும் குழாயின் வழியே ஊற்றவும்.

வேறு ஒரு சிறிய டிரமில் தண்ணீர் 20 லிட்டர், பேக்கிங் ஈஸ்ட் 100 கிராம், பனங்கருப்பட்டி அல்லது நாட்டு வெல்லம் 3 கிலோ, விளக்கெண்ணெய் 250 மில்லி ஆகியவற்றை கலந்து மூன்று மணி நேரம் ஊற விடவேண்டும். மூன்று மணி நேரத்தில் விளக்கெண்ணெய் நன்றாக கரைந்துவிடும். இந்த கரைசலை 200 லிட்டர் டிரமில் ஊற்ற வேண்டும். டிரமின் மீதி இடைவெளியை தண்ணீர் விட்டு நிறைத்து காற்றுப் புகாதவாறு மூன்று அடைப்புகளையும் இருக்க மூடி வைக்க வேண்டும். 7 நாள்களில் இந்தக் கரைசல் செரித்து தொல்லுயிர்கள் பெருகிவிடும். 7 நாள்களுக்குப் பின் தினசரி நாம் தொல்லுயிரிகளை எடுத்துப் பயன்படுத்தலாம்.

இரண்டாவது தயாரித்த கலவையில் 2 லிட்டரை உள்ளே செல்லும் குழாய் வழியே ஊற்றினால் 2 லிட்டர் தெளிந்த நீர்போல இருக்கும் தொல்லுயிர் கலவை வெளியேறும் குழாய் வழியே வெளியில் வரும். இந்த கலவையை 1 லிட்டருக்கு 4 லிட்டர் தண்ணீர் சேர்த்து பயிர்களுக்கு தெளிக்கலாம் அல்லது தண்ணீர் பாயும்போது வாய்க்காலில் சொட்டு சொட்டாக விழச் செய்து நிலத்திற்கும் விடலாம்.

6. மீன் அமினோ அமிலம்

ஜப்பான், கொரியா போன்ற கிழக்கு நாடுகளிலுள்ள இயற்கை விவசாயி களிடம் மிகவும் பிரபலமாக உள்ள பயிர் வளர்ச்சி ஊக்கி இது. சுரபாலர் அருளிச் செய்த விருக்ஷ ஆயுர்வேதம் எனும் பண்டைய தோட்டக்கலை - தொழில்நுட்பங்களடங்கிய நூலில் இதனைப் பற்றிய குறிப்புகள் காணப்படுகின்றது.

உணவுக்குப் பயன்படாத கழிவு மீன் 1 கிலோ எடுத்து சிறிய துண்டுகளாக வெட்டி அத்துடன் தூள் செய்யப்பட்ட 1 கிலோ நாட்டு வெல்லத்தை கலந்து 2 கிலோ கொள்ளளவு உள்ள கண்ணாடி அல்லது பிளாஸ்டிக் பாட்டிலில் இட்டு வேறு எதுவும் சேர்க்காமல் நன்கு குலுக்கி, இறுக்கமாக மூடி 21 நாள்கள் வைக்க வேண்டும்.

இது மிக நன்றாக நொதித்து தேன் போல மாறிவிடும். இதனை வடிகட்டி எடுத்தால் சுமார் 300 மில்லி சாறு கிடைக்கும். இந்த சாறு மிகச் சிறந்த தழைச்சத்து கொடுக்கக்கூடிய திரவம். 10 மில்லி மீன் அமினோ அமிலத்துடன் 10 லிட்டர் தண்ணீர் சேர்த்து பயிர்களுக்குத் தெளிக்கலாம் அல்லது தண்ணீர் பாயும் வாய்க்காலில் தண்ணீருடன் சொட்டு சொட்டாக விழும்படி ஏற்பாடு செய்து நிலத்திற்கும் விடலாம்.

7. பழங்காடி

வீணாகும், அழுகிப் போகும் நிலையிலுள்ள பழங்களைக் கொண்டு செய்யப்படும் நுண்ணுயிர்களை பெருக வைக்கும் ஊடகமே பழங்காடி ஆகும். இந்த பழங்காடி தயார் செய்யும்போது பாத்திரத்தை நன்கு மூடி வைக்க வேண்டும். ஆனால், மூடியை ஒரு நாளைக்கு இரண்டு முறையாவது லேசாக திறந்து மூடவேண்டும். இல்லையென்றால் உள்ளே உருவாகும் வாயுவின் அழுத்தம் தாங்காமல் பாத்திரம் உடைய நேரிடும்.

1. வெவ்வேறு வகை 10 தாவரங்களின் வேரடி மண் - 10 கைப்பிடி.
2. பப்பாளிப்பழம் துண்டுகளாக்கியது - 3 கிலோ
3. பூசணிப் பழம் துண்டுகளாக்கியது - 3 கிலோ
4. நாட்டுக் கோழி முட்டை - 2
5. நாட்டு சக்கரை (அ) கருப்பட்டி - 1/2 கிலோ

இவற்றுடன் தண்ணீர் கலந்து கொள்கலன் நிறையும் வரை நிரப்பி 21 நாள்களுக்கு வைக்கவும். விலை குறைவாக எப்போதும் கிடைக்கும் எல்லா வகைப் பழங்களையும் பயன்படுத்தலாம். 10 லிட்டர் தண்ணீருக்கு 50 மில்லி சேர்த்து பயன்படுத்த வேண்டும்.

8. மண்புழுக்களின் குளியல் நீர்

வெர்மி வாஷ் எனும் மண்புழு குளியல் நீரானது பயிர்களில் அற்புதமாக வேலை செய்யும் பயிர் வளர்ச்சி ஊக்கி. தேயிலை வடித்த தண்ணீர் போன்ற நிறத்திலுள்ள இந்த மண்புழு குளியல் நீரை தனியே வடிக்க ஒரு எளிய அமைப்பை நிறுவ வேண்டும். மண் புழுக்களின் உடலைக் கழுவி அதன் உடல் மேல் இருக்கின்ற ஹார்மோன்களை சேர்த்து வெளியேறும் நீரே மண்புழு குளியல் நீர். இந்த மண்புழு குளியல் நீரை சம அளவு தண்ணீர் சேர்த்து பயிர்களுக்கு தெளிக்கலாம். மண்புழு வளர்ப்பு பற்றிய தனி பகுதியில் விளக்கமாக காண்போம்.

மூன்று அடுக்கு முறையில் மண்புழு குளியல் நீர் தயார் செய்யலாம். இதற்கென கூம்பு வடிவ மரத்தாங்கி ஒன்று தயார் செய்து அதன் மேல் பகுதியில் மண்சட்டி ஒன்றை கட்டி அதன் அடியில் சிறிய துளையிட்டு நூல் திரிகோர்த்து அதன் வழியே சொட்டு சொட்டாய் தண்ணீர் விழும்படியாக கட்ட வேண்டும். இதில் தண்ணீர் குறையக் குறைய தண்ணீரை நிரப்ப வசதியான உயரத்திலிருக்க வேண்டும். இரண்டாவது, ஒரு பெரிய மண்பாணையில் கீழே மணல், அதற்கு மேல் சிறிய சரளை, அதற்கு மேல் தோட்ட மண் இட்டு, அதற்கு மேல் மக்கிய, சூடு இல்லாத எருவும் தேவையான மண்புழுவும் விடவேண்டும். இந்த பெரிய மண்பானையின் அடியிலும் ஃ போன்று மூன்று துளைகளிட வேண்டும். ஃ வடிவ துளைகளின் கீழே மண்புழு குளியல் நீரை சேகரிக்க ஒரு பாத்திரம் வைக்கப்பட வேண்டும்.

மேல் பாணையிலிருந்து சொட்டு சொட்டாக திரி வழியே வடியும் நீர் பெரிய பாணையின் விழுந்து மண்புழுக்களின் உடலைக் கழுவி தோட்டமண், கற்கள், மணல் வழியே பயணப்பட்டு ஃ துளைகளின் வழியே வெளியேறி மண்புழு குளியல் நீராக மாறுகிறது. இந்த அமைப்பை நிறுவிய உடனே மண்புழு குளியல் நீர் கிடைத்துவிடாது. பெரிய பானையில் தேவையான நீரை தேக்கி அதிகப்படியாக வரும்போது வெர்மி வாஷ் எனும் மண்புழு குளியல் நீராக வெளியேற்றும்.

9. அரிசிக் கஞ்சி கரைசல்

1 கிலோ புழுங்கல் அரிசியை நன்கு குழைய வேக வைத்து கஞ்சியாக்கவும், இதனை ஆற வைத்து மண்பாண்டம் அல்லது பிளாஸ்டிக் பாத்திரத்தில் ஊற்றி நன்கு மூடி நிழலான இடத்தில் அல்லது எருக்குழியில் 7 நாள்கள் புதைத்து வைக்கவும். 7 நாள்களுக்குப் பின் தோண்டி எடுத்து 1 கிலோ நாட்டு சக்கரையை கலந்து மீண்டும் 7 நாள்களுக்கு புதைக்கவும். 15-ம் நாள் அரிசிக் கஞ்சி கரைசல் தயாராகும். இத்துடன் 20 லிட்டர் தண்ணீர் கலந்து இந்த கரைசலை பயிருக்குத் தெளிக்கலாம்.

10. E.M. எனும் திற நுண்ணுயிர்கள்

ஜப்பானிய வேளாண் துறை பேராசிரியர் முனைவர், டெரோ ஹிகா என்பவரால் கண்டறியப்பட்டது எபெக்டிவ் மைக்ரோ ஆர்கனிசம் எனப்படும் ஒரு திற நுண்ணுயிர் கலவையாகும். இந்த ஈ.எம். கலவையின் லாக்டோபஸிலி, ஈஸ்டுகள், தாவரங்களில் பச்சையம் தயாரிக்கும் பாக்டீரியாக்கள் போன்ற முக்கிய நுண்ணுயிர்கள் கலந்துள்ளன. இவ்வகை நுண்ணுயிர்கள் உலகில் எல்லா கண்டங்களிலும் காணப்படுகின்றன. இவை முற்றிலும் இயற்கையிலிருந்து மட்டுமே பெறப்பட்டவை. இவை மரபணு மாற்று முறையில் தயாரிக்கப்பட்டவையல்ல. இவ்வகை நுண்ணுயிர்களைப் பயன்படுத்தினால் இயற்கைக்கும், பயன்படுத்துபவர்களுக்கும் எவ்வித கெடுதலையும் செய்யாது.

ஈ.எம். கலவை தயாரிக்க தேவையான தாய் திரவத்தை வெளியில் இதற்கென உள்ள 'மேப்பிள்' போன்ற நிறுவனங்களில் வாங்க வேண்டும். தாய் கலவையில் நுண்ணுயிர்கள் தூங்கும் நிலையில் செயலற்று இருக்கும். அதனை செயலூக்கம் செய்து அதிகபட்ச பயன்பட ஈ.எம். இரண்டாம் நிலை திரவத்தை விவசாயி தயார் செய்யவேண்டும்.

1 கிலோ ரசாயனமற்ற வெல்லத்தை பொடி செய்து 1 லிட்டர் தண்ணீரில் நன்கு கரைத்துக் கொள்ள வேண்டும்.

18 லிட்டர் குளோரின் கலக்காத தண்ணீரை அத்துடன் சேர்த்துக் கொள்ள வேண்டும். இத்துடன் 1 லிட்டர் ஈ எம் 1 தாய் திரவ கலவையைச் சேர்த்து சுத்தமான பிளாஸ்டிக் கேனில் 1 வாரம் வைத்திருக்க வேண்டும். இந்த கேனின் மூடியை தினசரி ஓரிரு விநாடிகள் திறந்து மூடவேண்டும். இல்லையெனில் 'கேன்' வெடித்துவிடும். நல்ல புளித்த மற்றும் இனிப்பு வாசனையும் சுவையும் மேலே வெண்மையான நுரை படிந்த ஈ.எம். இரண்டாம் நிலைக்கரைசல் தயார். 1 லிட்டர் ஈ.எம். கரைசலுடன் 500 லிட்டர் நீர் கலந்து செடிகளுக்கு தெளிக்கலாம் அல்லது வாய்க்காலில் ஓடும் தண்ணீரில் கலந்துவிடலாம். அத்துடன் ஈ எம் கரைசலைக் கொண்டு எருவை விரைவில் மக்கச் செய்து நிலத்தில் இடலாம்.

1 டன் எருவை நன்கு பொடியாக்கி அத்துடன் 5 லிட்டர் இரண்டாம் நிலை ஈ எம் 1 கரைசலை கலந்து நிழலில் 21 நாள்கள் மூடிவைத்திருந்தால் எரு விரைவில் மக்கி சிறந்த எருவாக மாறுகின்றது. துர்நாற்றம் வராததோடு ஈக்களின் தொல்லையுமில்லை. இம்முறையில் எரு தயாரிக்கும்போது எருக்குவியலை கொத்தி புரட்டி விட வேண்டிய வேலையில்லை. எனவே, ஆட்களுக்கான கூலியும் மிச்சமாகின்றது. கால் நடைகள் தண்ணீர் குடிக்கும் போது அதற்கு ஈ எம் கொடுக்கலாம். ஈ.எம் பற்றி தனியே விரிவாக பிறகு காணலாம்.

11. பொக்காசி (Bokashi)

பொக்காசி என்பது கம்போஸ்ட்டிற்கு நிகரான ஒரு திட வளர்ச்சி ஊக்கி. பொக்காசி என்பது அங்ககப் பொருள்களை ஈ.எம். கொண்டு நொதிக்க வைத்து தயார் செய்யப்படுவதாகும். ஈ.எம். கொண்டு தயார் செய்த பொக்காசியை 14-ம் நாளுக்குப் பின் நிலத்தில் இடலாம். இந்த பொக்காசி இட்டால் நிலத்திலுள்ள நுண்ணுயிர்கள் பெருகி வளர்ந்து பயிருக்குத் தேவையான ஊட்டச் சத்தை அதிக அளவில் பயிருக்குக் கிடைக்குமாறு பார்த்துக் கொள்கின்றது.

பொக்காசியை இரண்டு வழிகளில் தயார் செய்யலாம். காற்றோட்டமுள்ள பொக்காசி (aerobic bokashi) காற்றோட்டமில்லாத பொக்காசி (unaerobic bokashi) என்பவை அவை. காற்றோட்டமுள்ள முறையில் தயாரித்தால் பெரிய அளவில் தயார் செய்யலாம். நொதிக்கின்ற காலம் குறைவு. ஆனால் அங்ககப் பொருள்களிலுள்ள சக்தி வீணாகும். ஏனென்றால் நொதித்தலின் போது உண்டாகும் வெப்பத்தினை கட்டுப்படுத்த இயலாது. காற்றோட்ட

மின்றி பொக்காசி தயாரிக்கும்போது, அங்ககப் பொருள்களின் சக்தி வீணாவதில்லை. சைலேஜ் முறையை ஒத்ததாக இருக்கும். ஆனால் தவறாய் செய்தால் இம்முறையில் மொத்த பொருளுமே வீணாக வாய்ப்பு உள்ளது.

ஆக காற்றோட்டமுள்ள பொக்காசி செய்வதே எளியது. எனவே, அதை முதலில் பார்க்கலாம்.

தேவைப்படும் பொருள்கள்

நெல் தவிடு	-	100 கிலோ
புண்ணாக்கு	-	25 கிலோ
மீன் தூள்	-	25 கிலோ
ஈ எம் 1	-	150 மில்லி
கரும்பாலை கழிவு	-	150 மில்லி
குளோரினில்லாத தண்ணீர்	-	15 லிட்டர்

தவிடு, புண்ணாக்கு, மீன் தூளை நன்கு கலக்கி, கரும்பாலைக் கழிவை - கிடைக்கவில்லை எனில் ரசாயனமில்லாத வெல்லம் - சேர்க்கலாம். தண்ணீருடன் கலந்து அத்துடன் ஈ.எம். கரைசலைச் சேர்த்து முதல் கலவையில் தெளித்து நிழலில் ஈரச்சாக்குக் கொண்டு மூடி வைக்கவும். சிமெண்ட் தளத்தில் மழையில் நனையாதவாறு இருக்கவேண்டும். கோடை காலத்தில் 4 நாள்களுக்குள்ளும், குளிர்காலத்தில் 8 நாள்களுக்குள்ளும் பொக்காசி தயாராகிவிடும்.

இதே கலவையை காற்றோட்டமில்லாத பாலிதீன் சாக்குகளில் கட்டி வைத்தால், இரண்டாம் வகை பொக்காசி தயார் ஆகிவிடும். பொக்காசி தயார் செய்யும் முன் அது புட்டு போன்ற பதத்தில் இருக்கவேண்டும். கையில் அழுத்திப் பிடித்தால் கொழுக்கட்டை போல் இருக்க வேண்டும். ஆனால், நீர் கசியக் கூடாது. இந்த பொக்காசியை ஒரு ஏக்கருக்கு 800 கிலோ என்ற அளவில் நிலத்தில் இடவேண்டும்.

12. ஜீவாமிருதம்

மராட்டிய மண்ணில் பிறந்த சபாஷ் பாலேக்கர் என்னும் மனிதரின் ஜீரோ பட்ஜெட் விவசாயத்தின் அடிப்படையே ஜீவாமிர்தம்தான். குறைந்த செலவில் விரைவில் தயார் செய்ய இயலும் நிலவள ஊக்கியே ஜீவாமிருதம்.

தேவைப்படும் பொருள்கள்

குளோரின் கலக்காத நீர்	-	200 லிட்டர்
நாட்டு பசுவின் சாணம்	-	10 கிலோ
பசுவின் கோமியம்	-	10 லிட்டர்
வெல்லம் (ரசாயனமற்றது)	-	2 கிலோ
முளைகட்டிய சிறு தானியங்கள்	-	2 கிலோ
ஜீவனுள்ள தோட்ட மண்	-	1 கைபிடி அளவு

இவைகளை அனைத்தையும் ஒன்றாக ஒரு தொட்டியில் கலக்க வேண்டும். இந்தக் கலவையைத் தினமும் மூன்று முறை வீதம் மூன்று நாள்களுக்கு நன்கு கலக்கி விடவேண்டும்.

ஒரு கிராம் மண்ணில் 5 லட்சம் கோடிக்கும் அதிகமான நுண்ணுயிர்கள் இருக்கின்றன. ஒவ்வொரு 20 நிமிடத்திற்கும் இந்த நுண்ணுயிரிகள் இரட்டிப்பு அடைகின்றன. இவை பல்கிப் பெருகும் கணக்கை கணித மேதைகளோ, கணிப்பொறியோ கணக்கிட இயலாது. இத்தகைய நுண்ணுயிர் கலவைதான், ஜீவாமிர்தம்.

இந்த நுண்ணுயிர்க் கலவையை பாசன நீர் போகும்போது, சிறிது சிறிதாகக் கலந்து நிலத்துக்குப் பாய்ச்ச வேண்டும். அப்போது அதன் வாசனையை முகர்ந்து 15 அடி ஆழத்திற்கும் அடியில் சமாதி நிலையில் உறங்கும் மண் புழுவும் விழித்து துள்ளியெழுந்து பூமியைத் துளைத்துக்கொண்டு மேலெழுந்து வருகின்றன. பயிர்களுக்குத் தேவையான மற்றமற்ற சத்துக்களாக மண்ணை மாற்றிவிடுகின்றன. இயற்கையிலேயே மண்புழு உரம் கிடைக்கின்றது... காற்றிலிருக்கும் நைட்ரஜனையும் இந்த ஜீவாமிர்தம் எடுத்து வழங்குகின்றது.

இதே ஜீவாமிர்தம் போன்றதுதான். பீஜாமிர்தம். தண்ணீர் 20 லிட்டர், பசுமாட்டின் சாணம் 5 கிலோ கோமியம் 5 லிட்டர், சுத்தமான சுண்ணாம்பு 50 கிராம், நல்ல நுண்ணுயிர்கள் இருக்கும் மண் ஒரு கைபிடி அளவு. இவற்றைச் சேர்த்து நன்றாக கலக்க வேண்டும். மாலை 6 மணி முதல் மறுநாள் காலை 6 மணிவரை நன்றாக ஊறவிட வேண்டும். இதுதான் பீஜாமிர்தம்.

இவைகளில் உங்களால் குறைவான செலவில் எவையெல்லாம் தயாரிக்க இயலும் என கருதுகின்றீர்களோ, அதனை மட்டும் தயாரித்து பயன்படுத்துங்கள். நூறு சதவீதம் உங்கள் பண்ணையிலேயே தயாரிக்கப்பட்டவையெனில் நூறு சதவீதம் வெற்றி நிச்சயம்.

4. உயிர் உரங்கள்

மண் திணிந்த நிலனும்
நிலன் ஏந்திய விசும்பும்
விசும்பு தைவரு வளியும்
வளித்தலை இய தீயும்
தீ முரணிய நீரும். என்றாங்கு
ஐம்பெரும் பூதத்து இயற்கை

- புறநானூறு

ஆயிரக்கணக்கான ஆண்டுகளுக்குப் பின் பூமித்தாய் தன் மடியில் புதைத்துக்கொண்ட தாவர வகைகளின் வெளிப்பாடுதான், இன்றைய எரிசக்தி தேவையினை பெரிதும் தீர்க்கும் எண்ணெய் வளம். புதுப்பிக்கவே இயலாத இந்த எரிசக்தியை நம்பித்தான் இன்றைய காலத்தின் சக்கரம் சுழல்கின்றது. இன்றைய மனிதன் ஏதேனும் ஒரு வழியில் நொடிதோறும் எண்ணெய் வளத்தைப் பயன்படுத்தியே ஆகவேண்டிய கட்டாயத்தில் தள்ளப்பட்டு விட்டான். மாற்று எரிசக்தியும், மரபுசாரா எரிசக்தியும் இனிவரும் தலை முறைக்கு ஒரே தீர்வு என்பதனை உணர்ந்து கொண்ட விஞ்ஞானிகள், அதற்கென தங்கள் ஆய்வுகளை மேற்கொண்டு வருகின்றன.

கச்சா எண்ணெயிலிருந்து கிடைக்கும் உபபொருள்தான் செயற்கை ரசாயன உரங்கள். தொழிற்சாலையில் ஒரு கிலோ தழைச்சத்தை உருவாக்க 13500 K கலோரி சக்தி தேவைப்படுகின்றது. வளைகுடா நாடுகளை மட்டுமே நம்பி யிருப்பதனால் கச்சா எண்ணெய் விலை ஆண்டிற்கு ஆண்டு உயர்ந்து கொண்டே வருகின்றது. ஆகவேதான் ரசாயன உர தொழிற்சாலைக்கு நமது மத்திய அரசு, மானியங்களை அள்ளி அள்ளிக் கொடுத்தாலும் ரசாயன உரங்களின் விலை உயர்ந்து கொண்டே போகின்றது. நிலத்தின் உயிரைப் போக்கும் ரசாயன உரத்தை ஒழித்து, வேளாண்மைக்கு மாற்று வழியை கூறும் ஒருமுறை, தாவரங்களுக்கு மாற்று ஊட்டச் சத்துப் பொருள்களை வழங்குவதற்கான ஒருமுறை தேவை.

சில நாடுகளில் நுண்ணுயிர் புகுத்திகள் (Microbial inoculants) எனும் உயிர் உரங்களைப் பயன்படுத்துவதனால் பொருளாதார ரீதியிலும், சுற்றுப்புற சூழலியல் ரீதியிலும் வெற்றியடைந்து நம்பிக்கையூட்டுகின்றது. உயிரினங் களினால் நிலைப்படுத்தப்படும் தழைச்சத்து தயார் செய்ய தேவைப்படும்

சக்தியும் ஆற்றலும், ரசாயன முறையில் பயன்படும் ஆற்றலைக் காட்டிலும் 25-லிருந்து 30 சதவிகிதம் குறைவானதே. எனவே, இந்தியா போன்ற வளரும் நாடுகள், உயிர் உரங்களைப் பயன்படுத்துவதனால் அதிக செலவும். அதிக ஆற்றல் செலவும் ஆகும். வேதியியல் உரப் பிரச்னையைத் தீர்ப்பதன் மூலம், நம் நாட்டின் பொருளாதாரத்தைப் பாதுகாப்பதுடன், மண் வளத்தையும் பாதுகாக்கின்றோம்.

தாவரங்களின் வளர்ச்சிக்காக இடப்படும் உயிரினத் தோற்றமுடைய எல்லா ஊட்டப்பொருள்களும் உயிர் உரங்களாகும் (Biofertilizers include all the nutrients inputs of biological origion for plant growth)

இங்கு உயிர்த் தோற்றம் என்பது நுண்ணுயிர் முறையினால் சேர்க்கப்படும் கூட்டுப் பொருள்களையும், தாவரங்களின் வேர்ப் பகுதிக்கு அருகாமையில் அவை வெளியிடப்படுதலினையும், அவை சவ்வூடு பரவுதல் முறையில் தாவரங்களினால் உள்ளே எடுக்கப்படுதலினையும் குறிப்பிடுகின்றது. எனவேதான், உயிர் உரங்களுக்குத் தகுந்த வார்த்தை நுண்ணுயிர் புகுத்திகள் எனலாம். பாக்டீரியாக்களும், சையனோ-பாக்டீரியாக்களும் (ஃபிராங்கியா) காற்று மண்டலத்திலுள்ள தழைச்சத்தை நிலைப்படுத்துவதால் பாக்டீரியாக் களும், சையனோ பாக்டீரியாக்களும் பெருமளவில் உயிர்உரங்களாகப் பயன் படுத்தப்படுகின்றன.

1. பாக்டீரியாக்கள் (Bacteria)

காற்று மண்டலத்தில் அதிகளவு தழைச்சத்து நைட்ரஜன் வாயுவாக உள்ளது. பயன்பாடற்ற நைட்ரஜன் வாயு, சில நுண்ணுயிர்களின் உயிரியல் கிரியை களால் பயன்படக்கூடிய அங்ககக் கூட்டுப் பொருளாக மாற்றப்படுகின்றன. உயிரியல் செயலினால் காற்று மண்டலத்திலிருக்கும் நைட்ரஜன் நிலைப் படுத்தப்படும் தத்துவம், உயிரியல் நைட்ரஜன் நிலைப்பாடு (Biological nitrogen fixation) எனப்படும். நைட்ரஜனை இவ்வாறு நிலைப்படுத்தப்படும் 'முன் நியூக்ளியஸ~டையீக்கள்' நைட்ரஜன் நிலைப்படுத்திகள் (Vitrogen finers) எனப்படும்.

காற்று மண்டலத்தில் நைட்ரஜன் இருப்பதை எல்லோரும் எளிமையான ஒரு நிகழ்ச்சியின் மூலம் எளிதில் தெரிந்துகொள்ளலாம். நல்ல மழைக்கு அடுத்த நாள் பயிரைப் பாருங்கள், நமது பயிரின் பச்சை நிறம் அதிகமாக இருக்கும். இதனை பரிசோதனை மூலம் உணர வேண்டும் என்றால் இலையின் பச்சையத்தினை கணக்கிடுகின்ற பச்சை வண்ண அட்டைகொண்டு மழைக்கு முன்னரும் பின்னரும் ஒப்பிட்டுப் பாருங்கள். வித்தியாசத்தை நீங்களே உணர் வீர்கள். இத்தனை பச்சை எவ்வாறு கூடியது? மழைத்துளி விழுகின்றபோது காற்று மண்டலத்திலிருக்கின்ற நைட்ரஜனை தன்னகத்தே கிரகித்து வந்து மண்ணில் சேர்க்கின்றது. பயிர் பச்சை நிறமாக மாறுகின்றது.

தனித்து வாழும் நுண்ணுயிர்கள், ஓர் ஆண்டில் ஒரு ஹெக்டேர் நிலப்பரப்பில் 1-லிருந்து 3 கிலோ நைட்ரஜனை நிலைப்படுத்துகின்றன. 1974-ம் ஆண்டில்

மேற்கொண்ட ஒரு ஆய்வின்படி, உலகஅளவில் 175 x 10^6 மெட்ரிக் டன் நைட்ரஜன் உயிரினங்களினால் நிலைப்படுத்தப்பட்டுள்ளது. மீதி 90 x 10^6 மெட்ரிக் டன் விவசாய நிலங்களிலும், 45 x 10^6 ரைசோபிய கூட்டுயிர்களி னாலும் நிலைப்படுத்தப்பட்டுள்ளது. மீதி 40x 10^6 மெட்ரிக் டன் காடுகளிலும், வீண் நிலங்களிலும் நிலைப்படுத்தப்பட்டுள்ளது.

ஆக மண்ணில் பாக்டீரியாக்களின் எண்ணிக்கையை அதிகரிப்பதன் மூலம் மொத்த நைட்ரஜன் உண்டாதலினை கணிசமாக அதிகரிக்கலாம். நுண்ணுயிர் பெருக்கம் (Bacterization) மற்றும் பசுந்தாழ் உரமிடல் (Green manuring) ஆகியவை தழைச் சத்தை மண்ணில் நிலைநிறுத்த உரிய உயர் முறைகளாகும்.

பாக்டீரியாயிடுதல் (அ) நுண்ணுயிர் பெருக்கம்

விதையினை பாக்டீரியங்களின் மூலம் மெழுகுதல் பாக்டீரியாயிடல் எனப் படும். உதாரணமாக அஸடோ பாக்டர் (Azoto bocter) பேசில்லஸ் (Bacillus) ரைஸோபியம் (Rhizobium) போன்றவை. பாக்டீரியங்களை தாவரங்களின் வேர்ப் பகுதியில் நிலைப்படுத்தவும், அவை அப்பயிர்களின் வளர்ச்சியினை மேம்படுத்த உதவும் வெற்றிகரமாக உதவி செய்பவை என்று நிரூபணம் செய்யப்பட்டுள்ளது.

அஸடோபாக்டிரியன் (Azotobacterin) செல்களைக் கொண்ட அஸடேபாக்டர் குருகாக்கம் (Azotobacter Chroococcum) மற்றும் பாஸ்போபாக்டரின் செல்களைக் கொண்ட பேஸில்லஸ் மெகாபீரியம் வகை பாஸ்பாடிகம் (Bacillus megaterium var phosphaticum) எனப் பெயரிடப்பட்ட பாக்டீரிய உயிர் உரங்கள் ரஷ்யாவிலும், கிழக்கு ஐரோப்பிய நாடுகளிலும் பயன்படுத்தப் படுகின்றன. இந்த உயிர் உரங்கள் பயிர்களின் விளைச்சலினை 10-லிருந்து 20 சதவிகிதம் அதிகப்படுத்தியுள்ளதாக 1959-ல் கூபெர் என்பவரின் ஆய்வு முடிவுகளில் வெளிப்படுத்தப்பட்டது.

இதனைத் தொடர்ந்து விதைகளை பாக்டீரியா பூச்சுக்கு உட்படுத்தும்போது கோதுமை, பார்லி, மக்காச்சோளம், பீட்ரூட், காரட், முட்டைக்கோஸ் மற்றும் உருளைக்கிழங்கு பயிர்களின் விளைச்சல் அதிகரித்துள்ளதாக ரஷ்யா, யூகோ ஸ்லோவேகியா, ருமேனியா, போலந்து, பல்கேரியா, ஹங்கேரி, இங்கிலாந்து மற்றும் இந்தியா போன்ற நாடுகளில் விளக்கப்பட்டது.

வேர்கோளப் பகுதியில் (Rhizosphere) பாக்டீரியங்கள் வளர்ச்சி ஊக்கி களையும் இரண்டாம் வளர்சிதை மாற்ற விளைப் பொருள்களையும் சுரக் கின்றன. இப்பொருள்கள் விதை முளைத்தலிலும், தாவரங்களின் வளர்ச்சி யிலும் பங்கு வகிக்கின்றன.

சங்கம கூட்டுயிர் வாழ்க்கை, அதாவது பயிர்களுக்கும் அஸோஸ்பயிரில்லத் திற்கும் இடையேயான கூட்டுயிர் வாழ்க்கைப் பற்றி சேகரிக்கப்பட்ட தகவல்கள், பாக்டீரியங்கள் தானியங்களில் விதை புகுத்தியாகப் பயன்படும் தன்மை குறித்த ஆர்வத்தினை அதிகரித்துள்ளது. தனித்து வாழும் பாக்டீரி யாக்கள் (அஸடோபேக்டர்) சங்கம பாக்டீரியாக்கள் (அஸோஸ்பைரில்லம்)

மற்றும் பாஸ்பேட் கரைக்கும் பாக்ட்ரீயாக்கள் (பேசில்லம் மெகாடீரியம் பாஸ்பாடிகம்) போன்றவை தற்போது பிரபலமடைந்து வருகின்றது.

ரசாயன உரங்களை உபயோகிப்பதைக் காட்டிலும் நாட்டின் பொருளாதாரம் மற்றும் சுற்றுச் சூழல் ஆகியவற்றை பாதுகாப்பதனால் உயிர் உரங்கள் ஊக்கு விக்கப்படுகின்றன. உயிருரமாக மண்ணில் புகுத்தப்படும் பாக்டீரியாக்களை வேதியியல் விஞ்ஞானத்தின் வளர்ச்சியின் துணைகொண்டு செயற்கை ஊடகங்களில் வளர்த்து அவற்றின் எண்ணிக்கையை அதிகரித்து பெருமளவில் அறுவடை செய்தால்தான், அவற்றை விவசாயிகளுக்குத் தேவையான அளவு வழங்க முடியும்.

இந்த வகை உயிர் உரங்களை இரண்டு வகையாகப் பிரிக்கலாம்.

அ. காற்று வெளியில் இருக்கின்ற நைட்ரஜனை மண்ணில் நிலைநிறுத்தி மண்ணுக்குத் தழைச்சத்தை அதிகரிக்கச் செய்து பயிரின் வளர்ச்சிக்குக் கொடுப்பவை.

ஆ. மண்ணில் கரையாமலிருக்கும், பயிருக்கு எளிதாகக் கிட்டாத நிலையிலிருக்கும் பாஸ்பேட் எனும் மணிச்சத்தை எளிதில் கரையும் நிலைக்கு மாற்றி பயிருக்குக் கொடுப்பவை.

பொதுவாக இந்த வகை உயிர் உரங்களைக் கொண்டு விதை நேர்த்தி செய்து விதைக்கலாம். இல்லையெனில் நன்கு மக்கிய தொழு உரத்துடன் கலந்து மண்ணில் மேலுரமாகவும் இடலாம்.

2. நீலப்பச்சை பாசி

நீலப்பச்சை பாசிகளில் 13 இனங்கள் கண்டறியப்பட்டுள்ளன. இந்த வகை பாசிகள் வளர, சூரிய ஒளி அவசியம். ஆகவே, ஏப்ரல் முதல் ஆகஸ்ட் மாதம் வரையிலான வெப்ப நாள்களில்தான் சிறப்பாக வளர்கின்றன. நீலப்பச்சை பாசியில் உள்ள 'நைட்ரஜினேஸ்' எனப்படும் என்ஜைம் காற்று, வெளியில் உள்ள தழைச்சத்தை கவர்ந்து பயிருக்குக் கொடுக்கின்றது. வயல்களில் இவ்வகை பாசிகளை வளர்க்க போதுமான தண்ணீர் எப்போதும் நிறுத்தப்பட வேண்டும். நெல் நடவு செய்த 10 நாள்களுக்குள் ஏக்கர் ஒன்றிற்கு நான்கு கிலோ வீதம் நீலப்பச்சைப் பாசியை பயிரிட்டால் ஹெக்டேர் ஒன்றிற்கு 25 கிலோ தழைச்சத்தை இடுவதற்கு ஈடாகும். அறுவடை முடிந்த பின் நான்கு மாதம் வயலில் நீர் நிறுத்தி நீலப்பச்சை பாசியை வயலில் வளர்த்தால் தழைச்சத்தை வயலில் அருமையாக நிலைநிறுத்தும்.

3. அசோலா

அசோலா என்பது ஒரு பெரணி வகைத் தாவரம். இந்தத் தாவரத்தில் மட்டும் அனபீனா என்ற நீலப்பச்சை பாசிகள் வாழும் தன்மை கொண்டவை. இந்த அனபீனாவும் அசோலாவும் கூட்டு வாழ்க்கை வாழ்கின்றன. அசோலா அனபீனாவுக்குத் தேவையான தாது உப்புக்களை மண்ணிலிருந்து எடுத்துக் கொடுக்கின்றன. அனபீனா அதற்குக் கைமாறாக அசோலாவிற்கு காற்று மண்டலத்தில் உள்ள தழைச்சத்தைக் கிரகித்துக் கொடுத்து, அசோலாவின்

வளர்ச்சிக்கு உதவுகின்றன. இந்த அசோலா 1857-ல் வியட்னாமில் கண்டறியப்பட்டு, பின் அனைத்து நாடுகளிலும் வளர்க்கப்படுகிறது. அசோலாவை நீலவண்ண பாலிதீன் ஷீட் போட்ட குழிகளிலும், வயல்களில் நேரடியாகவும் வளர்க்கலாம்.

அசோலாவில் பல்வேறு வகைகள் உள்ளன. அசோலா பின்னேட்டி, அசோலா மைக்ரோபில்லா, அசோலா பில்குலாய்ட்டஸ் போன்ற வகைகள் உள்ளன. அசோலாவில் கீழ்க்கண்ட சத்துக்கள் உள்ளன.

சாம்பல் Ash	10.5 %	கொழுப்பு	3.3 - 3.6%
புரதம்	35 - 50%	தழைச்சத்து	5 - 6%
மணிச்சத்து	0.5 - 0.9%	சாம்பல் சத்து	2.0 - 4.5%
கால்சியம்	0.4 - 1.0%	மக்னீசியம்	0.5 - 0.65%
மாங்கனீசு	0.11 - 0.26%	இரும்பு	0.06 - 0.26%
கரையும் சக்கரை	3.5%	நார்ச்சத்து	9%
மாவுப் பொருள்	6.54%	பச்சையம்	0.4 - 0.75%

உயிர் உரமாக நெல்லில் மட்டுமே வளர்க்க இயலும். 20 நாள்கள் அசோலா வளர்ந்தபின் நெல்லின் முதல் களையெடுப்பின்போது, அசோலாவை மிதித்து அமுக்கிவிட்டால் நல்ல உரமாகும். அசோலாவை நீரில் 3 முறை அலசி, மாட்டுத் தீவனத்துடன் சரி பங்காகக் கலந்து கொடுக்கலாம். அசோலாவை உண்டு பழகிய பசு, 15-20% வரை அதிக பால் கொடுக்கிறது. பாலின் தரமும் அதிகரிக்கின்றது. கோழி, மீன் மற்றும் பன்றித் தீவனத்துடனும் சேர்ந்து கொடுக்கலாம். மேலும் மண்புழு உரம் தயாரிப்பிலும் பயன்படுத்தலாம். ஒருமுறை விதை அசோலா வாங்கினால் நமது பண்ணையில் நாமே வளர்த்து பெருக்கி பயன்படுத்தலாம். ஒவ்வொருமுறையும் விதை தேட வேண்டிய தில்லை என்பது இதன் தனிச்சிறப்பு.

4. அஸோஸ்பைரில்லம்

இவ்வகை பாக்ட்ரீயா நுண்ணுயிர்கள் காற்று மண்டலத்தில் உள்ள தழைச் சத்தைக் கிரகித்து மண்ணிலே நிலைநிறுத்தும் தன்மையுடையது. இது தனித்து நின்று செயல்படக்கூடிய ஒரு நுண்ணுயிர். எல்லா வகை மண் களிலும் இந்த நுண்ணுயிர் தென்படுகிறது. நெல் மக்காச்சோளம், சோளம், கோதுமை, கம்பு போன்ற தானியப்பயிர்களின் வேர்ப் பகுதிகளில் அஸோஸ் பைரில்லம் நுண்ணுயிர்கள் அதிகம் காணப்படுகின்றன. இவ்வகை நுண்ணுயிர், தழைச்சத்தைக் கிரகித்துத் தருவதோடு, தாவர வளர்ச்சி ஊக்கியாகவும் செயல்படுகிறது. பயிர் வேர்களிலிருந்து வரும் கசிவுகளை தன் சக்திக்காக இவை கொஞ்சம் எடுத்துக் கொள்ளும். எனவே, இதன்மூலம் அதிக மகசூல் கிடைக்க வாய்ப்புள்ளது. அனைத்துப் பயிர்களுக்கும் இந்த நுண்ணுயிர் ஏற்றது. வேர் மேல் படர்ந்து இருந்து நல்ல பலனைத் தரும். விவசாயிகளால் வெகு எளிதாக ஏற்றுக் கொள்ளப்பட்ட ஒரு நுண்ணுயிர் இது என்றால் அது மிகையில்லை.

அஸோஸ்பைரில்லத்தை ஏக்கருக்கு அரை கிலோ வீதம் விதை நேர்த்தி செய்வதன் மூலமும், ஏக்கருக்கு 1 கிலோ அளவில் நாற்றின் வேரினை நனைப்பதன் மூலமும், ஏக்கருக்கு 4 கிலோ அளவில் நடவு நட்ட 15-வது நாள் தொழு உரம் அல்லது மணலுடன் சேர்த்து நேரடியாக வயலில் அளிப்பதன் மூலம் உபயோகிக்கலாம். காய்கறிப் பயிர்களுக்கு விதை நேர்த்தி, நாற்றின் வேர் நனைத்தல் மற்றும் நேரடியாக வயலில் அளிப்பதன் மூலம் உபயோகிக்கலாம். பிற பயிர்களுக்கு விதை நேர்த்தி மற்றும் நேரடியாக வயலில் அளிக்கலாம். மர வகைப் பயிர்களுக்கு ஏக்கருக்கு 5 கிலோ அளவிலும் பெரிய மரங்களுக்கு 5-10 கிலோ அளவில் 6 மாதத்திற்கு ஒருமுறை அளிக்கலாம். அஸோஸ்பைரில்லத்தை பாஸ்யோபாக்டீரியா, பிற நுண்ணுயிர் தடுப்பான்களுடன் கலந்து பயன்படுத்தலாம். ஆனால் ஒருபோதும் ரசாயன உரங்கள், ரசாயன பூச்சிக்கொல்லி, பூஞ்சாணக்கொல்லி களுடன் கலந்து உபயோகிக்கக் கூடாது.

5. அசிட்டோபேக்டர் (Acetobacter)

இதுவும் தனித்து நின்று காற்றிலே உள்ள தழைச்சத்தை கிரகித்து தரும் ஓர் உன்னதமான நுண்ணுயிர். குறிப்பாக கரும்புப் பயிருக்கு மிகவும் ஏற்றது. இந்த அசிட்டோபேக்டர் நுண்ணுயிர் மூலம் ஒரு ஏக்கரில் 3 முதல் 5 டன் கரும்பு மகசூல் கூடுதலாகக் கிடைத்துள்ளது. இதற்கு கறுப்பு யூரியா என விவசாயிகளால் பெயர் சூட்டப்பட்டுள்ளது. இந்த அசிட்டோபேக்டர் விரைவில் பெருக நிலத்தில் அதிக அளவு அங்ககப் பொருள்கள் தேவை. செங்கல்பட்டில் உள்ள கூட்டுறவு சக்கரை ஆலை இணையத்தின் உயிரியல் ஆய்வு மையத்தில் தயாரித்து, சக்கரை ஆலைகள் மூலமாகக் கரும்பு விவசாயிகளுக்கு இந்த நுண்ணுயிர் வழங்கப்படுகின்றது.

அசிட்டோபேக்டர் நுண்ணுயிர் உரத்தைக் கரும்பு கரணை விதை நேர்த்திக்கும் பயன்படுத்தும்போது, 1-2 கிலோவும், நேரடியாக வயலில் தெளிப்பதற்கு 5-10 கிலோவும் தேவைப்படும். இதனைக் கரும்பு பயிருக்குப் பயன்படுத்தும்போது, அதிகளவு கரும்பு இணைப்பும், அதிக சக்கரை கட்டுமானத்துடன் நன்கு வளர்ந்த கரும்புகளும் உருவாவதால் அதிக மகசூல் கிடைக்கின்றது. இதனையும் இதர நுண்ணுயிர் உரம், நோய் தடுப்பான்களுடன் கலந்து பயன்படுத்தலாம். ஆனால் ரசாயன உரம், பூச்சி பூஞ்சாணக் கொல்லிகளுடன் கலந்து பயன்படுத்தக் கூடாது.

6. அசட்டோபேக்டர் (Azotobacter)

இதுவும் தனித்து இயங்கி காற்றிலே உள்ள தழைச்சத்தை கிரகிக்கும் தன்மை படைத்தது. இதற்குக் கூட்டாளி தேவையில்லை. தாவர வளர்ச்சி ஊக்கிகளை வேர்ப்பகுதியில் உற்பத்தி செய்வதால், அதிக மகசூல் கிடைக்கும். வேர் வளர்ச்சியினைத் தூண்டக்கூடிய ஒரு நுண்ணுயிர். பயிர்களுக்கு வறட்சியைத் தாங்கும் திறனை ஏற்படுத்தக் கூடியது. நோய் எதிர்ப்புக் காரணிகளை இந்த நுண்ணுயிர் உற்பத்தி செய்வதால் பூஞ்சாணம், பாக்டீரியா, வைரஸ் ஆகிய நோய் தாக்குதலைக் குறைக்கும். மேலும், விதையின் முளைப்புத் திறனை

அதிகரிக்கும். பயிர்களில் பூ மற்றும் காய்ப்பு முன்கூட்டியே வர ஆவன செய்யும். ஒரு ஏக்கரில் ஒரு ஆண்டில் 20-லிருந்து 40 கிலோ தழைச்சத்தை நிலைப்படுத்தும்.

நெல், கோதுமை, மக்காச்சோளம், வெங்காயம், உருளைக்கிழங்கு, கத்திரி, தக்காளி, பருத்தி ஆகிய பயிர்கள், இந்த நுண்ணுயிர் ஊக்கத்தால் அதிக மகசூலைத் தருகின்றன. நிலத்தில் அதிகளவு அங்ககப் பொருள்கள் இருந்தால்தான், இந்த நுண்ணுயிர் நன்கு செயல்படும். எனவேதான், அசட்டோபேக்டர் மிகச் சிறந்த நுண்ணுயிராக இருந்தாலும் விவசாயி களிடையே பிரபலம் ஆகவில்லை. அதிக அளவில் இயற்கை எருக்களை இடும் விவசாயிகளுக்கு உற்றத் துணையாக விளங்குவது இந்த நுண்ணுயிராகும்.

இதனை ஏக்கருக்கு 5-10 கிலோ எரு அல்லது மணலுடன் சேர்ந்து தெளிக்க லாம். இதுவும் அனைத்து நுண்ணுயிர் உரங்கள், நுண்ணுயிர் தடுப்பான் களுடன் இணைந்து செயல்படும். ஆனால் ரசாயன உரங்கள், பூச்சி, பூஞ்சாண கொல்லிகளுடன் சேர்த்து பயன்படுத்தக் கூடாது.

7. ரைசோபியம் (Rhizobium)

இதுவும் பாக்டீரியா வகை நுண்ணுயிராகும். ஆனால் இது தனித்து நின்று காற்றில் உள்ள தழைச்சத்தைக் கிரகிக்காது. இதற்கு ஒரு கூட்டாளி தேவை. அந்தக் கூட்டாளிதான் பயறு வகைத் தாவரம். பயறு வகைத் தாவரங்களுடன் கூட்டு சேர்ந்துதான், காற்றில் உள்ள தழைச்சத்தை கிரகித்து தானும் உண்டு, பயிருக்கும் கொடுக்கும். பயறு வகைத் தாவரம் உதாரணமாக நிலக்கடலை, உளுந்து, பாசிப்பயறு, காராமணி, சோயாபீன்ஸ், மொச்சை போன்ற பயிர் களின் வேர்களில் இவை முடிச்சுகளை ஏற்படுத்தும். அதாவது, தான் தங்கி யிருக்க ஒரு வீட்டினை அமைத்துக் கொள்கிறது என்று சொல்லலாம். இந்த வீட்டில் இருந்துகொண்டு (வேர் முடிச்சுகள்) தழைச்சத்தைக் கிரகித்து முதலில் அதனை உணவாகத்தான் எடுத்துக்கொள்ளும். பொதுவாக, நுண்ணுயிர்களுக்குத் தழைச்சத்து நல்லதொரு உணவாகும். இந்த ரைசோபியன் நுண்ணுயிர், தான் எடுத்த தழைச்சத்தைச் சாப்பிட்டு மீதியுள்ளதை வேர் முடிச்சில் சேமித்து வைக்கின்றது.

இதனால் பயிருக்குத் தேவையான தழைச்சத்து கிடைக்கின்றது. ஆக இதிலிருந்து ரைசோபியம் நுண்ணுயிர் ஒரு பயறு வகை கூட்டாளியுடன் மட்டுமே தழைச்சத்தை காற்றிலிருந்து கிரகித்து வேர் முடிச்சுகளில் சேமிக் கின்றது என்பது தெளிவாகின்றது. பயறுவகை பயிர்களுடன் கூட்டுச் சேர்ந் தாலும் குறிப்பிட்ட பயறுவகை பயிருக்குக் குறிப்பிட்ட வகை ரைசோபியம் பயன்படுகின்றது. உதாரணமாக, சோயா பீன்ஸ் பயிருக்கு ரைசோபியம் ஜப்பானிக்கம் என்ற ரைசோபியம் தேவை. ரைசோபியம் நுண்ணுயிர் மூலம் ஒரு ஏக்கரில் ஒரு வருடத்தில் சராசரியாக 56 கிலோ தழைச்சத்து சேரும் என்பதாக விஞ்ஞானிகளால் கணக்கிடப்பட்டுள்ளது.

ஏக்கருக்கு விதை நேர்த்தி செய்ய 1 கிலோவும், நேரடியாக வயலில் தெளிக்க 4 கிலோவும் தேவை. இந்த நுண்ணுயிரும் அனைத்து நுண்ணுயிர் உரம், நோய் தடுப்பான்களுடன் சேர்த்து பயன்படுத்தலாம். ஆனால் ரசாயன உரம், பூச்சி, பூஞ்சணக் கொல்லிகளுடன் சேர்த்து பயன்படுத்தக் கூடாது.

8. பாஸ்போ பாக்டீரியம் (Phospho bacterium)

பயிர்களுக்கு அளிக்கப்படும் உரங்களில் மணிச்சத்தின் பெரும் பகுதி மண்ணில் உள்ள சுண்ணாம்புடன் சேர்ந்து நீரில் கரையாத வகையில், பயிருக்கு எளிதில் கிடைக்காத நிலைக்கு மாற்றப்படுகின்றது. குறிப்பாக அலுமினியம், இரும்புச் சத்து அதிகம் உள்ள மண்ணில் மணிச்சத்து பயிருக்குக் கிடைக்காது. இதிலுள்ள மணிச்சத்து, வேதியியல் மாற்றங் களுக்கு உள்பட்டு பயிர்கள் எடுத்துக் கொள்ள முடியாத நிலையை அடைகின்றது.

பேசில்லஸ் வகையைச் சேர்ந்த பாஸ்போ பாக்டீரியா நுண்ணுயிர் உரத்தை பயிர்களுக்கு அளிக்கும்போது, பாஸ்போ பாக்டீரியா சுரக்கும் அங்கக அமிலங்கள் மூலம் நீரில் கரையும் வகையில் மாற்றி பயிருக்கு எளிதில் எடுத்துக் கொள்ளும் வகையில் கரைத்துக் கொடுக்கின்றது. இதனால் பயிருக்கு அதிகளவு மணிச்சத்து கிடைப்பதால் பயிரின் வேர் மற்றும் பயிரின் வளர்ச்சி அதிகரிப்பதுடன் பயிரில் அதிகளவு பூக்கள், காய்கள், கிழங்குகள் மற்றும் விதைகள் உருவாகி அதிக மகசூல் கிடைக்கின்றது. இந்த வகை பாஸ்போ பாக்டீரியம் பயிர் வளர்ச்சி ஊக்கிகளையும் உற்பத்தி செய்வதால் பயிர் அதிக வளர்ச்சியுடன் அதிக மகசூலையும் அளிக்கின்றது.

இதனை விதை நேர்த்தி, நாற்றின் வேர் நனைத்தல் மற்றும் நேரடியாகத் தொழுஉரம் அல்லது மணலுடன் கலந்து நேரடியாக வயலில் தெளிப்பதன் மூலம் உபயோகிக்கலாம். இதனை மற்ற நுண்ணுயிர் உரம், நோய் தடுப்பான் களுடன் கலந்து உபயோகிக்கும்போது, அவற்றின் செயல்திறன் அதிகரிக் கின்றது. ரசாயன உரங்கள், ரசாயன பூச்சி, பூஞ்சாணக் கொல்லிகளுடன் கலந்து பயன்படுத்தக்கூடாது.

9. வேர்நுண் உட்பூசணம்

வெஸிகுலர் அர்பஸ்குலர் மைகோரைசா (Vesicular arbuscular mycorrhizae) என ஆங்கிலத்தில் அழைக்கப்படும் வேர்நுண் உட்பூசணம். வேருக்கும் பூசணத்திற்கும் உள்ள தொடர்பைக் குறிப்பதுதான் மைகோரைசா எனும் சொல். மைகோரைசா எனும் சொல்லிற்கு ‘பூசண வேர்கள்’ என்று அர்த்தம். ஒரு பயிரின் வேருக்கு எட்டாத தூரத்திலிருக்கும் தழை மற்றும் நுண்ணூட்ட சத்துக்களை கொண்டுவந்து பயிரின் வேருக்கு இந்த வேர் நுண்உட்பூசணம் தருகின்றது. வேரின் மேற்பரப்பில் முழுவதும் இந்தப் பூசணம் பரவி வளர்ந்துவிடுவதால் வேர்களைத் தாக்கும் பூசண நோய்களின் தாக்குதல் குறையும். மேலும், நூற்புழுக்களின் ஆதிக்கத்தை இது குறைத்து விடு கின்றது. சுருக்கமாக ‘வேம்’ (VAM) என்று அழைக்கப்படும் இந்த வேர்

உட்பூசணம் இளம் நாற்றுகளின் வேர் வளர்ச்சியை அதிகரிக்கும்.வறட்சி தாங்கும் தன்மையையும் அதிகரிக்கச் செய்கின்றது.

வேர்ப் பகுதிக்குத் தேவையான நீரை அதிகரிக்கச் செய்யும் தன்மை படைத்தது. எனவே, நீர் தட்டுப்பாடின்றி நாற்றுகளுக்குக் கிடைப்பதால் நாற்றின் இறப்புச் சதவிகிதம் குறைகிறது. வேர் சத்துக்களை உறிஞ்சக்கூடிய பரப்பை அதிகரிக்கும். வேர் தூவிகளின் எண்ணிக்கையை பல மடங்காகப் பெருக்கும். இதர நுண்ணுயிர் உரங்களுடன் கலந்து பயன்படுத்தும்போது, இதனுடைய செயல் திறன் அதிகமாக இருக்கும். நடப்பு பயிர் அறுவடைக்குப் பின்னும் வேரில் உள்ள இந்தப் பூசண வித்துக்கள் வளரும். அதனால் அடுத்தடுத்து வளருகின்ற பயிருக்குப் பயன் கிடைக்கும். ஆனால், நெல் போன்ற தண்ணீர் தேங்கி நிற்கும் பயிர்களுக்கு இந்த நுண்ணுயிர் பயன்படாது.

நாற்றுவிட்டு நடும் பயிர்களுக்கும், விதை போட்டு வரும் இளம் பயிர்களுக்கும் இதனை இடலாம். மண்ணில் உள்ள மணிச்சத்து உரத்தைப் பயிர்கள் எடுத்துக்கொள்ள தூண்டிவிடுகிறது. பயிர்களுக்கு இரும்பு மற்றும் துத்தநாகச் சத்துக்கள் கிடைக்க வழிவகை செய்கின்றது. செடி வீரியமாக வளர உதவி செய்கின்றது. மண் மூலம் பரவும் நோய்களை பயிர் தாங்கி வளரக் கூடிய தன்மையை இது அதிகரிக்கச் செய்கிறது. பயிர்களின் வேர்களைத் தாக்கும் நூற்புழுக்களை இது கட்டுப்படுத்துகிறது. திசு வளர்ப்பு கன்றுகளை கடினப்படுத்த உதவி செய்கிறது.

'வேம்' கலவையை (Snoculam) கண்ணாடி வீடுகளிலும், பண்ணை நிலங்களிலும் தயாரிக்கலாம். விவசாயிகளுக்கு எளிதில் இருக்கும் பொருட்டு, விவசாயிகளின் நிலத்திலேயே 'வேம்' கலவையைத் தயாரிக்கும் முறை பற்றி காணலாம்.

சிறுதானியம் பயிர் சாகுபடி செய்யத் தகுதியுள்ள நிலத்தைத் தேர்ந்து எடுத்துக் கொண்டு அதை நன்கு உழவு செய்து களைகள் இல்லாமலும், வேர்கள், கற்கள், கட்டிகள் இன்றி தயார் செய்து கொள்ள வேண்டும். தேர்ந்தெடுக்கப் பட்ட நிலத்தில் வேறு எந்தவித பூசணங்கள், நோய் காரணிகள் இல்லாமல் செய்வதற்கு 2 சதவித பார்மால்டிஹைட் (2% Formaldehyde) எனும் ரசாயனத்தை மண்ணுடன் நன்கு கலந்து, அந்த நிலத்தை பாலிதீன் ஷீட் கொண்டு 15 நாள்களுக்கு மூடி வைக்க வேண்டும். 15 நாள்களுக்குப் பின் ஷீட்டை திறந்து அந்த நிலத்தை லேசாகக் கொத்தியோ உழவு செய்தோ பார்மலின் ஆவியை வெளியேறச் செய்ய வேண்டும்.

பார்மலின் ஆவி முற்றிலும் நிலத்திலிருந்து வெளியேறிய பின் செவ்வக பாத்திகள் அமைக்க வேண்டும். இந்தப் பாத்திகளில் உள்ள 3 செ.மீ. மேல் மண்ணை எடுத்துவிட்டு 'வேம்' ஸ்டாட்டர் கல்சர் (VAM Starter culture) எனும் முதனிலை பூசணத்தைப் பரவலாக இட்டு எடுத்த மண்ணை லேசாகத் தூவ வேண்டும். பின்னர் ராகி, கம்பு, சோளம் போன்று சல்லிவேர்கள் உற்பத்தி செய்கின்ற சிறு தானியப் பயிர்களை நெருக்கமாக விதைத்து எடுத்த

மீதி மண் கொண்டு மூடவேண்டும். பின்னர் எப்போதும்போல முதல்நீர், உயிர் தண்ணீர்விட்டு நீர்ப் பாய்ச்ச வேண்டும். சுமார் மூன்று மாத காலத்திற்குப் பின்னர் பயிரின் மேல் தண்டை அறுவடை செய்து எடுத்து, அதனை கால்நடை தீவனமாகப் பயன்படுத்தலாம். தரைப்பகுதிக்குக் கீழுள்ள வேர்ப் பகுதியிலும், வேரைச் சுற்றியுள்ள பகுதியிலும் 'வேம்' கலவை வளர்ந்து தயாராக இருக்கும். இந்தக் கலவையை அடுத்த நிலத்திற்கும் இடலாம்.

மண்ணிற்குள் கோடானுகோடி நுண்ணுயிர்கள் வாழ்கின்றன. இவைகளில் 1% மட்டுமே தீமை செய்யும் நுண்ணுயிர்கள். மீதமுள்ள 99 சதவிகித நுண்ணுயிர்களுமே நமக்கு நன்மை செய்பவை. நன்மை செய்யும் நுண்ணுயிர் களை நாம் அழிக்காமல் வாழவிட்டால் அவை நம்மை வாழவைக்கும்.

பயிருக்குத் தேவையான சத்துக்களை நுண்ணுயிர்கள் தருகின்றன. பயிருக்குத் தேவையான உணவினை பக்குவப்படுத்தி பயிருக்குத் தருகின்றன. பயிருக்கு வரும் நோய்களை கட்டுப்படுத்துவதில் முன் நிற்பவை நுண்ணுயிர்களே. பயிர்களை தாக்கும் பூச்சி, நோய்களை கட்டுப்படுத்துவதும் நுண்ணுயிர்களே.

மனிதன், கால்நடைகள் என அனைத்து உயிரினங்களும் இறக்கும்போது, அந்த உடல்களை மக்க வைத்து பொது சுகாதாரத்தை காத்து வருவதும் இந்த நுண்ணுயிர்களே. அன்றாடம் சேரும் குப்பைகளை மக்க வைப்பதும் இந்த நுண்ணுயிர்களே. இறந்த உயிர்களும், குப்பைகளும் மக்கவில்லையென் றால், என்னவாகும்? நாம் மிகப் பெரிய குப்பைமேட்டில்தான் வாழ்ந்து கொண்டிருப்போம். எனவேதான், நுண்ணுயிர்களின் மேன்மையை ஒவ்வொரு மனிதனும் உணர வேண்டும்.

இத்தனை சிறப்புமிக்க நுண்ணுயிர்கள் பற்றி ஒவ்வொரு விவசாயியும் மிக நன்றாகத் தெரிந்து கொள்ள வேண்டும். இந்த நுண்ணுயிர்கள் பெரும்பாலும் நிலத்தில் வாழ்பவைதான். இந்த நுண்ணுயிர் பெருக்கம் அடைந்தால்தானே விவசாயம் வளரும். மலடாகிப் போன நிலத்திற்கு மறுவாழ்வு கொடுக்க நிலத் திற்கு, பயிருக்கு உயிர் உரங்கள் கொடுக்க வேண்டும். அந்த உயிர் உரங்கள் பல்கிப் பெருக அதற்கு உணவாகக் குப்பை எரு கொடுக்க வேண்டும். இயற்கை வேளாண்மை சிறக்க இதனின்றி மாற்றுவழி வேறில்லை.

5. கம்போஸ்ட் எரு

ஏரின் உழாஅர் உழவர் புயலென்னும்
வாரி வளங்குன்றிக் கால்

- திருக்குறள்

இந்தியா வேளாண்மையை அடிப்படையாகக் கொண்டது. எனவே, தேசத்தின் எதிர்காலமே வேளாண் துறையின் வளர்ச்சியைப் பொறுத்தே இருக்கிறது. இந்த நோக்கில்தான், வேளாண் தொழிலில் இயந்திரமயமாக்கல் நடைபெற்றது. இந்தியா உணவு உற்பத்தியில் தன்னிறைவை அடைய உயர் விளைச்சலைக் கொடுக்கவல்ல பயிர் வகைகள், நீர்ப் பாசனத்தில் நவீன வகை, பயிர் ஊட்டச் சத்துக்கள், பயிர்ப் பாதுகாப்பு வழிமுறைகள், பயிர் மேலாண்மை தொழில்நுட்பம், உழவர்களுக்கான கடன் வசதி போன்ற பல காரணிகள் உதவின. 1950-51-களில் நமது நாட்டின் உணவு உற்பத்தியானது, 50.8 மில்லியன் டன். ஆனால், 96-97கள் அது நான்கு மடங்காக உயர்ந்து 200 மில்லியன் டன் ஆக உயர்ந்தது.

இது மகிழ்ச்சிகரமான விஷயம்தானே என்றால், இல்லை என்றுதான் சொல்ல வேண்டும். கடந்த காலத்தைவிட இப்போது நமக்கு நிறைய உணவு கிடைக்கலாம். ஆனால், அவை தரமான உணவா என்பதுதான் முக்கியமான கேள்வி.

இன்றைய காலகட்டத்தில் 18 மில்லியன் டன் ரசாயன உப்புக்கள், உரம் என்ற பெயரில் விற்கப்படுகின்றது. 2000 ஆண்டின் கணக்கின்படி, ஹெக்டேர் ஒன்றிற்கு 90 கிலோ ரசாயன உரம் கொட்டப்படுகின்றது. ஆனால் இயற்கை உரமும், உயிர் உரங்களும் அபரிமிதமாகக் கிடைக்க வாய்ப்பிருந்தும்கூட விவசாயிகளைப் போய் சேரவில்லை.

பசுமைப் புரட்சிக்குப் பின் உர உப்புக்களின் யூரியா, டி.ஏ.பி., மியூரியேட் ஆஃப் பொட்டாஷ் போன்றவைகளின் தேவை உயர்ந்து கொண்டே போனது. இயற்கை இடுபொருள்களின் பயன்பாடு குறைந்து கொண்டே வந்தது.

நீடித்த மண் உரச்சத்து, சீரான நிலையான மகசூல் உயர்வு மட்டுமே எதிர்கால 'உணவு உறுதிக்கு' ஒரே வழி என்பது புலப்படலானது. அபரிமிதமான உர உப்புக்களின் பயன்பாட்டினால் மண்ணின் களர், உவர் தன்மை கூடிப் போனது. ஊட்டம் குறையத் துவங்கியது. நீரினாலும், காற்றினாலும் மண் அரிமானம் ஏற்படலானது. அதனால் மண்வளம் குறைந்தது. மண்ணில்

அங்ககத்தன்மை, பௌதிக குணநலன் பாதிக்கப்பட்டு உற்பத்தி குறைய ஆரம்பித்தது. ஆக தவறு செய்துவிட்டோம் என்று உணர ஆரம்பித்தனர்.

நவீன வேளாண்மை உணவு உற்பத்தியினை அதிகரித்ததுபோல இருந்தாலும், அவை விவசாய நிலத்தினை தரமிழக்கச் செய்தது. உற்பத்தியான உணவுப் பொருளில் எஞ்சிய நஞ்சு இருந்தது. வளரும் தலைமுறைக்கு ஊட்டமான உணவு கிடைக்கவில்லை. சுற்றுச்சூழல் மாசுபட்டது. தண்ணீரும் மாசடைந்தது. இயற்கை வள ஆதாரம் தரம் குறைந்து குறைய ஆரம்பித்தது. மனித வாழ்வின் தரமும் பாதிப்படைந்தது. எதிர்கால சந்ததியின் சொத்தான இயற்கை வள ஆதாரங்களைப் பாழடிக்காமல் நிகழ்காலத்தவரின் தேவையைப் பூர்த்தி செய்வது எவ்வாறு எனச் சூழலியல் திட்டமிடுபவர்களின் ஆய்வுகள் கூறும் ஒரே முடிவு நிலைத்த வேளாண்மை (Sustainable agriculture) மட்டுமே.

நிலைத்த வேளாண்மை என்பது என்ன? இது நவீன வேளாண்மை என நாம் கருதி தவறாகப் போய்க் கொண்டிருக்கின்ற தடத்தை மாற்றி, நம் முன்னோர்கள் அறிவியல் பூர்வமான காரண காரியங்களை அறியாமலே ஒரு வேளாண்மை முறையை கடைப்பிடித்து வந்தார்களே, அந்த முறையைக் கடைப்பிடிப்பதே நிலைத்த வேளாண்மை.

நிலைத்த வேளாண்மை என்பது புதுப்பிக்கவல்ல சக்தியான மண், வன விலங்குகள், வனம், பயிர்கள், மீன், கால்நடை, பயிர் மரபியல் சக்தி, சூழலியல் ஆகியவற்றின் உறுதுணையுடன் தற்போதைய மக்களுக்கும் கால்நடைகளுக்கும் சந்ததிகளுக்கும், உணவு, உடை, எரிபொருள், தீவனம் கொடுப்பதுடன் வளமான ஒரு சூழலை விட்டுச் செல்வதும் ஆகும். நிலைத்த வேளாண்மை என்பதற்காக நிலத்தை ஊட்ட மேற்றுவது, களைகளை கட்டுப் படுத்துவது, பூச்சிநோய் மேலாண்மை போன்ற சமாச்சாரங்கள் எல்லாம் இல்லாமலில்லை. செயற்கை நஞ்சுகளற்ற, சூழலை கொடுக்காத உயிரியல் முறையும், நல்ல உத்திகளும் நிலைத்த வேளாண்மையின் வழிமுறைகள் ஆகும்.

நவீன வேளாண்மைக்கும், நிலைத்த வேளாண்மைக்கும் உள்ள முக்கியமான வித்தியாசம் நிலத்தை வளப்படுத்துவதிலும், பூச்சி நோய் மேலாண்மையிலும் இருக்கிறது. நவீன வேளாண்மையில் செயற்கை உரஉப்புகளில் தழை, மணி, சாம்பல் சத்துகளைக் கொண்ட உரங்களை மண்ணின் வளத்திற்காகவும், பயிரின் வளர்ச்சிக்காகவும் இட்டு வந்தோம்... பூச்சிநோய் கட்டுப் பாட்டிற்காக, செயற்கை பூச்சிக் கொல்லிகளைப் பயன்படுத்தினோம்.

ஆனால் நிலைத்த வேளாண்மையில் மண்ணை வளப்படுத்தவும், பயிரை நன்கு வளர வைக்கவும் பண்ணை கழிவு உரம், கம்போஸ்ட் எனும் மக்கு உரம், மண்புழு உரம், பசுந்தாள் உரம், உயிர் உரங்கள் ஆகியவை பயன் படுத்தப்படும். அத்துடன் வேளாண் காடுகள், பல அடுக்கு சாகுபடி முறை, ஒருங்கிணைந்த கால்நடை பண்ணை ஆகியவையும் நிலைத்த வேளாண்மைக்கு உதவிடும்.

அங்ககக் கழிவுகளின் (மக்கும் கழிவுகளின்) மறுசுழற்சியே இதன் தத்துவம். பயிர்க் கழிவுகள், கால்நடைக் கழிவுகளான சாணம், சிறுநீர், மனிதக் கழிவுகள், களைகள், காய்கறி மற்றும் பழங்களின் கழிவு, வீட்டுக் குப்பைகள், கரும்புத் தோகை, சக்கை, புண்ணாக்கு வகைகள் கரும்பாலைக் கழிவு, ஆலைச் சாம்பல் போன்றவைகளை முறையாக மக்கவைத்து எருவாக்குகின்ற வழிகளை கூறுவதுதான், கம்போஸ்ட் எரு தயாரித்தல்.

அங்ககக் கழிவுகள் எல்லாம் அளவில் நிறைந்தவை. அவற்றை அப்படியே நிலத்தில் வண்டி வண்டியாகக் கொட்டினாலும் நிலத்திற்கு கிடைப்ப தென்னவோ மிகக் குறைந்த அளவு பயிர் சத்துக்கள் மட்டுமே. புண்ணாக்கு, ரத்த, மாமிசக் கழிவுகள், மீன் கழிவுகள், கோழி எரு போன்றவைகளில் பயிர் சத்துக்களின் அளவு கூடுதலாகவே இருக்கின்றது. இனி இவைகளைப் பற்றி சுருக்கமாகக் காணலாம்.

பண்ணைக் கழிவு உரம் (farmland manure)

பாரம்பரியமான இந்த அங்கக உரம் அனைத்து விவசாயிகளின் எருக்குழிகளில் எப்போதும் காணப்படும். மேல்நாடுகளில் கால்நடைகளுக்கான படுக்கை யாகப் பயன்படும் நெல், கோதுமை, பார்லி வைக்கோல்களுடன் கால்நடை களின் திடக்கழிவான சாணத்தையும் திரவக் கழிவான சிறுநீரையும் சேர்த்து மக்க வைத்து பண்ணை உரம் தயாரிக்கின்றனர். ஆனால், நமது நாட்டில் பசுக்களுக்குப் படுக்கை போடுமளவுக்கு விவசாயிகளுக்கு வசதியில்லை. கால்நடைகளுக்கு வைக்கோலே பிரதானமான தீவனமாகின்றது. சாணத்தின் ஒரு பகுதி வறட்டியாகி எரிபொருளாகப் பயன்படுகின்றது. சிறுநீற்றின் பெரும்பகுதியைத் தொழுவத்தின் மண் தரை உறிஞ்சி விடுகின்றது. மீதி இருப்பவற்றை நன்கு கூட்டி கழுவி வீணாக்கிவிடுகின்றோம்.

நன்கு மக்கிய பண்ணைக் கழிவு உரத்தைப் பகுப்பாய்வு செய்து பார்த்தால், தழைச்சத்து 0.5 சதவிகிதம், மணிச்சத்து 0.2 சதவிகிதம், சாம்பல் சத்து 0.5 சதவிகிதம் இருக்கும். ஒரு ஹெக்டேர் நிலத்திற்கு 25 மெட்ரிக் டன் பண்ணைக் கழிவை இடுவதானால் அந்நிலத்திற்கு தழைச்சத்து 112 கிலோவும், மணிச்சத்து 56 கிலோவும், சாம்பல் சத்து 112 கிலோவும் கிடைக்கும். இந்தச் சத்துக்கள் அனைத்தும் எருவிட்ட அந்தப் பயிருக்கே முழுமையாகக் கிடைத்துவிடும் என எதிர்பார்ப்பது தவறு. தழைச்சத்து 30 சதவிகிதம் மட்டுமே உடனடியாகக் கிடைக்கும். 60 சதவிகிதம் மணிச்சத்திலும் 75 சதவிகிதம் சாம்பல் சத்தும் உடனடியாகக் கிடைக்கும். மீதி இருக்கும் தழை, மணி, சாம்பல் சத்துக்கள், அடுத்தடுத்து வரும் பயிர்களுக்குத்தான் கிடைக்கும். மீதம் மண்ணில் தங்கியிருக்கும்.

கம்போஸ்ட்

கம்போஸ்ட் தயாரிக்க இலை தழைகள், வேளாண் கழிவுகள், அங்கக கழிவுகள், மரத்தின் இலைகள், வேலியை வெட்டும்போது கிடைக்கும் கழிவுகள், நகர, கிராம குப்பைகள், ஆகாய தாமரை, மரத்தூள், பொக்காரி

போன்றவைகளை தழைச்சத்தை கொடுக்கவல்ல பசுஞ்சாணம், மனிதக் கழிவு, கோமியம் போன்றவற்றைப் பயன்படுத்தலாம். கணக்கிட இயலாத நுண்ணுயிர்கள் இவற்றையெல்லாம் உணவாக எடுத்து நன்கு மக்க வைக்கும் வேலையைச் செய்கின்றது. நுண்ணுயிர்களால் நன்கு சிதைக்கப்பட்டவை களே கம்போஸ்ட் எனப்படுகின்றது.

பண்ணைக் கழிவு உரத்திற்கும் கம்போஸ்ட் உரத்திற்கும் பெரிய அளவில் வித்தியாசம் இல்லை. என்றாலும் பயன்படுத்தும் கழிவுப் பொருள்களுக்கு ஏற்றபடி சத்துக்களின் விகிதம் மாறுபடும். பண்ணைக் கழிவுகளில் தழை, மணி, சாம்பல் சத்துக்கள் 0.5, 0.2, 0.5, சதவிகிதமும் ஆகாய தாமரை கொண்டு கம்போஸ்ட் தயாரித்தால் 2.0, 1.0, 2.3 சதவிகிதமும், நகர கழிவுகள் கொண்டு கம்போஸ்ட் தயாரித்தால் 1.5, 1.0, 1.5 சதவிகிதமும் சத்துக்கள் அடங்கியிருக்கும்.

இதர பொருள்களின் கம்போஸ்ட் :

1) கரும்பாலைக் கழிவுகளில் பிரஸ் மட் எனப்படும் வடிகட்டிய கட்டிகள், பொக்காசீ, மொலாஸ் ஆகியவை பிரதானமானவை. பிரஸ் மட்டில் தழைச் சத்து 1.2 சதவிகிதமும், மணிச்சத்து 3.83 சதவிகிதமும், சாம்பல் சத்து 1.42 சதவிகிதமும், கால்சியம் 11.1 சதவிகிதமும் இருக்கும். கரும்புப் பயிரில் பிரஸ் மட் பயன்படுத்தினால் கரும்புச் சாற்றின் அளவை அதிகரிப்பதுடன் நிலத்தின் அமோனியா அளவையும் அதிகரிக்கின்றது. களர், உவர் நிலங்களில் பிரஸ் மட்டைப் பயன்படுத்தும்போது, ஜிப்சத்திற்கு மாற்றாக இயங்கி மண்ணில் களர், உவர் தன்மையைக் குறைக்க உதவுகிறது. மண்ணின் காற்றோட்ட தன்மையை அதிகரிப்பதுடன் மண்ணில் வடிகால் தன்மையையும் அதிகரிக்கின்றது. அதேசமயம் மணல் சாரி நிலங்களில் மண்ணின் நீர்பிடிப்புத் தன்மையையும் அதிகரிக்கின்றது.

2) கரும்புத் தோகை... கரும்பு வயலில் அறுவடை முடிந்ததும் கரும்பி லிருந்து கழிக்கப்படும் காய்ந்த கரும்புத் தோகைகள் கரும்பு வயலெங்கும் நிறைந்து காணப்படும். இரண்டு நாள்கள் காய்ந்ததும் ஒரே தீக்குச்சியில் மொத்த தோகையையும் எரித்துவிடுவார்கள். நிலத்தின் வரப்போரம் இருக்கும், தென்னை மரங்கள் அனல் தாங்காமல் பட்டு காய்ந்ததுபோல தோற்றம் கொடுக்கும். சிலசமயம் பக்கத்து வயல்களுக்கும் தீ பரவி, சேதத்தை உண்டாக்கி வீணான பிரச்னைகளைக் கொடுத்துவிடும். தீயின் வெப்பத் தினால் மண்ணின் நுண் உயிர்கள் இறக்கின்றன. மண் புழுக்கள் மறை கின்றன. இந்தக் கரும்பு சோகையை அருமையான கம்போஸ்ட் உரமாக மாற்ற எளிய வழி உண்டு. கரும்பு சோகைப் படுக்கையில் முசூரிபாஸ் எனும் இயற்கையாகக் கிடைக்கும் பாஸ்பேட் உரத்தைத் தூவி, ஈரமாக்கி மூடி வைத்தால் நன்கு மக்கி தரமான கம்போஸ்ட்டாக மாறுகிறது.

3) தென்னை நார் கழிவு என்பது தென்னை உரி மட்டையிலிருந்து கயறு திரிக்க தேவையான மஞ்சு தயாரிக்கும்போது, கிடைக்கின்ற கழிவு ஆகும். ஒவ்வொரு தென்னை நார் தொழிற்சாலையிலும் மலைபோல வீணாகக்

குவிந்துகிடக்கும். இந்தத் தொழிற்சாலைகள், இவற்றை அப்புறப்படுத்த பெரும்பாடுபடுகின்றன. நெருப்பு வைத்து கொளுத்தும்போது, சுற்றுச்சூழல் மாசு அடைகின்றது. சாலையோரங்களிலும் வேலியோரங்களிலும் வீணாய் குவிக்கப்பட்டு கிடக்கின்றன. ஆனால் இது ஒரு அற்புதமான உரம். இதிலுள்ள 'லிக்னின்' நேரடியாக மண்ணில் இடும்போது, மண்ணைப் பாதிக்கிறது. ஆகவே, தென்னை நார் கழிவுகளை கம்போஸ்ட் ஆக தயார் செய்து, நிலத்திற்கு இடவேண்டும். தென்னை நார் கம்போஸ்ட் செய்வது மிகவும் எளிதான பணிதான். புளூரட்டஸீ எனும் காளான் விதைப் புட்டிகளும், கோழி எருவும்தான் தேவை.

தென்னை நார் கழிவை 1 மீட்டர் அகலத்தில் தேவையான நீளத்திற்கு 15 செ.மீ. உயரத்திற்கு நிழலான இடத்தில் பரப்பிக் கொள்ள வேண்டும். 10 டன் கழிவிற்கு 10 புட்டி புளூரட்டஸ் காளான் விதை தேவை. முதல் அடுக்கில் ஒரு புட்டி காளான் விதையைத் தூவ வேண்டும். அடுத்து 15 செ.மீ. உயரத்திற்குத் தென்னை நார் கழிவு பரப்ப வேண்டும். பின்னர் 3 கிலோ கோழி எருவைத் தூவ வேண்டும். தொடர்ந்து தென்னை நார் கழிவு, காளான் விதை, தென்னை நார் கழிவு, கோழி எரு என மாற்றி மாற்றி நீண்ட தாக்கு தயார் செய்து அதன் மேல் பூவாளி கொண்டு நீர் தெளிக்க வேண்டும். எப்போதும் ஈரம், நிழல் இருக்குமாறு பராமரிப்புச் செய்தால் அறுபது நாள்களில் சிறப்பான தென்னை நார் கழிவு உரம் தயார். இதனை நிலத்திற்கு மூடாக்காகவும் பயன்படுத்தலாம்.

செம்மறி, வெள்ளாடு உரம்

ஆட்டு உரம் அவ்வருடம் என்பது பழமொழி. ஆட்டு கிடை அமைத்தல் என்பது செலவு சிக்கனமான பயன்மிகுந்த செயல். கிடை அமைத்தல் என்பது பழங்காலத்திலிருந்தே நிலத்திற்கு எருவைக் கூட்டவும், களைகளைக் குறைக்கவும் பயன்படுத்தப்படும் உத்தி. பகல் பொழுதெல்லாம் வெளியில் மேய்ச்சலுக்குச் சென்று வரும் செம்மறி ஆட்டுத் தொழுவை, பயிர் சாகுபடிக்கு முன்னர் இரவு நேரத்தில் நிலத்தில் அடைத்து வைப்பார்கள். அவ்வாறு இரவு நேரத்தில் அடைத்து வைக்கப்படும்போது, ஆட்டின் புழுக்கையும், ஆட்டின் சிறுநீரும் நிலத்தில் விழுகின்றது. இந்த ஆட்டுச் சிறுநீர் வீழ்ந்த இடத்தில் அருகு, கோரை போன்ற வலிமையான களைகள் முளைப்பதில்லை. கிடை அமைப்பதால், எருவை நிலத்திற்குக் கொண்டு செல்லும் வேலை, எரு சிதறும் வேலை போன்ற வேளாண் பணிகள் குறைகின்றன. பொதுவாக ஆட்டு எருவில் 4 சதவிகித தழைச்சத்து 1 சதவிகித மணிச்சத்து 2 சதவிகித சாம்பல் சத்து இருக்கின்றது.

கோழி உரம்

இது ஒரு நேர்த்தியான எரு. ஏனென்றால், கோழியின் எச்சமும் சிறுநீரும் ஒன்றாக வெளியாவதால் சிறுநீரும் வீணாகாமல் கலந்து சிறந்த உரமாகின்றது. அத்துடன் கோழி எரு விரைவில் நிலத்தில் மக்கிவிடுகின்றது. நீண்டநாள் வெளியில் கிடந்தால் 50 சதவிகித தழைச்சத்து வரை 30

நாள்களுக்குள் வீணாகிவிடுகின்றது. கோழி எருவை எவ்வளவு விரைவில் முடியுமோ அவ்வளவு விரைவாக நிலத்தில் சிதறுவது நல்லது. கூண்டுகோழி எச்சத்துடன் அவ்வப்போது 100 கோழியின் எச்சத்திற்கு 1 கிலோ முசூரிபாஸ் வீதம் சேர்த்து நிலத்தில் இடும்போது, நல்ல பலனைக் கொடுக்கின்றது. புதிய கோழி எருவில் 75% ஈரப்பதம், 1.47 சதவிகிதம் தழைச்சத்து, 1.15 சதவிகிதம் மணிச்சத்து, 0.48 சதவிகிதம் சாம்பல் சத்தும் உள்ளது. ஆழ்கூள முறையில் கிடைக்கும் கோழிஎருவில், 24% ஈரப்பதமும், 3.03% தழைச்சத்தும், 2.63 மணிச்சத்தும், 1.40% சாம்பல் சத்தும் இருப்பதாக ஆய்வு முடிவுகள் கூறுகின்றன.

புண்ணாக்கு வகைகள்

எண்ணெய் பிழிந்தபின் கிடைக்கின்ற புண்ணாக்கு வகைகள் தழை, மணி, சாம்பல் சத்துக்கள் நிரவிய ஓர் எளிய உரம். உணவுக்கான, உணவிற்கு அல்லாத என இருவகை எண்ணெய் பிழிந்தபின் கிடைக்கின்ற அனைத்து புண்ணாக்குகளையும் நிலத்திற்கு உரமாகப் பயன்படுத்தலாம். எண்ணெய் பிழிந்தபின் கிடைக்கும் புண்ணாக்கில் அதன் வகையைப் பொறுத்து 2.5 முதல் 7.9 சதவிகிதம் வரையில் தழைச் சத்தும், 0.8 முதல் 4 சதவிகிதம் வரை மணிச்சத்தும் 1.2 முதல் 2.2 சதவிகிதம் வரை சாம்பல் சத்தும் கிடைக்கும். புண்ணாக்கு வகைகளை நிலத்திலிடும்போது, தண்ணீரில் விரைவில் கரைந்து செயல்படுவதால் இதிலிருக்கும் தழைச்சத்து பயிர்களுக்கு விரைவில் கிடைக்கின்றது.

சால்வெண்ட் எக்ஸ்ட்ராக்ஸன் எனும் கரைத்துப் பிரித்தல் முறையில் எண்ணெய் எடுக்கப்பட்ட புண்ணாக்கு வகையில் மீதியுள்ள எண்ணெயின் அளவு மிகமிகக் குறைவு. நாட்டு செக்கு, ஹைட்ராலிக் செக்கு, எக்ஸ்பெல்லர் போன்றவற்றில் சிறிது எண்ணெய் தங்கியே இருக்கும். எண்ணெய் குறைந்த புண்ணாக்கு விரைந்து மண்ணுடன் கலந்து செயல்படுகின்றது. ஆனால், எண்ணெயுடன் கூடிய புண்ணாக்கு மண்ணுடன் சேருவதற்கு சற்று அதிக நாள்களை எடுத்துக் கொள்கிறது. புண்ணாக்கு வகைகளை நிலத்தில் இடும் முன்னர் நன்கு பொடி செய்து கொண்டால் நுண்உயிர்களுடன் விரைந்து செயல்பட்டு மக்குகின்றது. நடவுக்கு முன்னதாக அல்லது மேலுரமாக புண்ணாக்கு வகைகளைப் பயன்படுத்தலாம்.

புண்ணாக்கு வகைகள் நிலத்தில் ஈரப்பதம் இருக்கும்போதும், இல்லாத போதும் ஒன்று போலத்தான் செயல்படுகின்றது. விதை முளைக்கும்போதும், இளம் பயிருக்கும் புண்ணாக்குத் தெளித்தால் 'பூசணம்' வளர்ப்பதற்கு வாய்ப்பு உண்டு. ஆகவே, அந்த நேரத்தில் புண்ணாக்கை தவிர்ப்பது நல்லது. விலை அதிகம் கிடைக்கின்ற காய்கறிப் பயிர்கள், வெற்றிலை போன்றவைகளுக்குப் புண்ணாக்கின் பயன்பாடு அதிகம்.

எலும்பு உரம்

இறந்த கால்நடைகளின் எலும்புகளை நீராவி கொண்டு வேக வைத்து தூளாக்குவது எலும்பு உரம் எனப்படும். ரத்தக் கழிவுகள், இறைச்சிக்

கழிவுகள், மீன் உரம், கொம்பு, குளம்பு கழிவுகளும் எலும்பு உர இனத்திலேயே வரலாம். இந்த வகை எலும்பு உரமானது, அனைத்து வகைப் பயிர்களுக்கும், அனைத்து வகையான நிலங்களுக்கும் ஏற்றது. இவைகளில் எந்த அளவிற்கு உரச் சத்துக்கள் இருக்கின்றன எனப் பார்ப்போம்.

	தழைச்சத்து %	மணிச்சத்து %	சாம்பல் சத்து %
இரத்த கழிவுகள்	10.12	1.2	1
இறைச்சிக் கழிவுகள்	10.05	2.5	0.5
மீன் கழிவுகள்	4.10	3.9	03.1.5
கொம்பு, குளம்பு கழிவுகள்	13	--	--
பதப்படுத்தாத எலும்பு உரம்	3.4	20.25	--
பதப்படுத்திய எலும்பு உரம்	1.2	25.30	--

எவ்வளவுக்கு எவ்வளவு நுண்ணிய துகள்களாக எலும்புத்தூள் இருக் கின்றதோ, அவ்வளவு மணிச்சத்து நிலத்தில் சேரும். வளர்ந்த கால்நடை களிலுள்ள எலும்புகளிலிருந்து கிடைக்கும் தழைச்சத்தும், மணிச்சத்தும் இளம் கால்நடைகளிலிருந்து கிடைக்கும் எலும்புகளினை விட அதிகமாகக் காணப்படுகின்றது.

பச்சையான எலும்புகளை தூளாக்கி பயன்படுத்தப்படும் எலும்புத் தூளைக் காட்டிலும் நீராவியில் வேக வைத்து தயார் செய்யப்படும் எலும்புத் தூள், தரத்தில் உயர்ந்ததாக உள்ளது என்பதைக் கீழ்க்கண்ட பகுப்பாய்வில் அறியலாம் :

	பச்சை எலும்பு தூள்	வேகவைத்த எலும்பு தூள்
ஈரப்பதத்தின் அளவு எடையில் (அதிகபட்சம்)	8	7
பாஸ்பேட்டுகளின் சதவிகிதம் (P_2O_5) எடையில் (குறைந்த பட்சம்)	20	22
2% சிட்ரிக் அமிலத்தில் கரையக் கூடிய பாஸ்பேட் சதவிகிதம் எடையில் (குறைந்தபட்சம்)	8	16
தழைச்சத்தின் சதவிகிதம் எடையில் (குறைந்தபட்சம்)	3	--

எலும்புத்தூள் உரமானது இயற்கை வேளாண்மையில் ஒரு சிறந்த உரம். நல்ல வடிகால் வசதியுள்ள அமில நிலத்தில் சிறந்த பலனைக் கொடுக்கின்றது. களிமண் பாங்கான நிலத்தில் பலன் குறைவாகவே கிடைக்கிறது. நெல், கோதுமை, இதர தானிய வகைகள், கரும்பு, காய்கறி, பழ வகைகள் பயறு வகைகள் போன்ற அனைத்துப் பயிர்களிலும் நற்பலனைக் கொடுக்கின்றது.

எலும்பு உரம் அடியுரமாகப் பயன்படுத்துவதே நல்லது. மேலுரமாகப் போடுவது உசிதமல்ல. 110 லிருந்து 225 கிலோ வரை பயிரின் வகைக்கு ஏற்றபடி ஒரு ஹெக்டேர் நிலத்திற்கு பயன்படுத்தலாம்.

சாண எரிவாயு கழிவு உரம் (பயோ கேஸ் சிலரி)

கடந்த ஐம்பது ஆண்டு காலமாக சுமார் 400 வகை வேதியியல் பொருள்களை விவசாயத்தில் பயன்படுத்தி மண்ணை மலடு ஆக்கிவிட்டோம். இந்த வேதியியல் பெருள்களால்தான் கேன்சர் போன்ற நோய்கள் வருகின்றன என்பதை அறியவில்லை. இவைகளில் அநேக வகை ரசாயனங்கள் வளர்ந்த நாடுகளில் முற்றிலுமாகத் தடை செய்யப்பட்டவை. மீதமுள்ளவை எல்லாம் நல்லவை என்று நம்பிவிட வேண்டாம். அவைகளின் குணங்கள் சந்தேகத்திற் குரியவை. முற்றிலும் பாதுகாப்பானவை என்று கருத முடியாது. நம் நிலத்தில் நாம் போடும் ரசயான பொருள்கள் இயற்கையையும், நுண்ணுயிர்களையும் கொன்று மண்ணை சுடுகாட்டு பூமியாக ஆக்கிவிடுகிறது.

உலக தழைச்சத்து தேவையில் வேதியியல் உரம் தயாரிக்கும் தொழிற்சாலை களினால் தயாரிக்கப்படுவது வெறும் 30% மட்டுமே. மீதமுள்ள 70% தேவையைப் பயிர் எப்படி நிறைவு செய்து கொள்கின்றது? இயற்கை முறை யிலேயே கிடைத்து விடுகின்றது. 70 % தழைச்சத்தைத் தயாரித்துக் கொள்ள முடிந்த இயற்கையால், இன்னும் 30 % தயாரிக்க முடியாதா என்ன?

சாண எரிவாயு கழிவு உரம் என்றால் என்னவோ, ஏதோ என்று நினைத்து பதறாதீர்கள். சமையலுக்கும், விளக்கு எரிக்கவும், இயந்திரங்களை இயக்க வும் சாண எரிவாயுவைப் பயன்படுத்திய பின், கிடைக்கின்ற சாணக் கரைச லாகும். இந்தக் கழிவு உரம் சாண உரத்தைவிட அதிக அளவு சத்துக்கள் நிறைந்தது. அத்துடன் எரிவாயுகலனில் நொதித்தல் நடைபெறும்போது, களை விதைகள் மடிந்துவிடுகின்றன.

இந்தச் சாண எரிவாயு கழிவு உரத்தில், 1.5 சதவிகிதம் தழைச்சத்தும், 0.4% மணிச்சத்தும் 2.2 சதவிகிதம் சாம்பல் சத்தும், ஏராள மக்குகளும் இருக் கின்றது. இந்தப் பகுப்பாய்வு, தோராயமானதுதான். சாணத்தின் தன்மை, சூழ்நிலை, கழிவுகளைச் சேமிக்கும் முறைகளை அனுசரித்து சத்துக்களின் அளவுகளில் லேசான மாற்றம் வரலாம். சாண எரிவாயு கமிஷனை அப்படியே வாய்க்கால் வழியே நிலத்தில் விடலாம். இல்லையெனில் குழிகளில் சேகரித்து பண்ணைக் கழிவுகளையும் சேர்த்து கம்போஸ்ட் உரமாக மாற்றியும் இடலாம்.

இத்தனை வகைகளைப் பார்த்தோம். இவைகள் கிடைக்க என்னென்ன வாய்ப்புகள் உள்ளன எனப் பார்ப்போம்.

அ. கால்நடை, மனிதக் கழிவுகள்

1) கால்நடைக் கழிவுகள், தொழுவத்துக் கழிவுகள், சிறுநீர் போன்றவை
2) இன்ன பிற விலங்குகளின் கழிவுகள், மனிதக் கழிவுகள்
3) கால்நடை வதைக்கப்படும் (Slaughter house) இடங்களில் இருந்து கிடைக்கும் ரத்தம், இறைச்சிக் கழிவுகள், எலும்பு, கொம்பு, குளம்பு, தோல் மற்றும் ரோமக் கழிவுகள்.

ஆ. பயிர்க் கழிவுகள், மரக் கழிவுகள், தழைப் பயிர்கள்

1) தானிய, பயறுவகை மற்றும் எண்ணெய் வித்துப் பயிர்களின் கழிவும், (நெல், கோதுமை, கம்பு, சோளம், பயிறு, பாசிப்பயறு, துவரை, தட்டைப்பயறு, நிலக்கடலை, எள்).
2) மக்காச்சோள தட்டை, புகையிலைக் கழிவுகள், கரும்பு சோகை, பருத்தி இலைகள், சணல், கப்பைக் கிழங்கு, குச்சி, பாக்கு மட்டை, மர இலைகள் போன்றவை.

இ. பசுந்தாள் உரப் பயிர்கள்

சணப்பு, செஸ்பேனியா, கொத்தவரை, காணம், தட்டைப் பயிறு, கொழுஞ்சி, நரிப்பயறு, அகத்தி, சித்தகத்தி, தக்கைப் பூண்டு போன்றவை.

ஈ. நகர, கிராமப்புற கழிவுகள்

1. கிராம, நகர திட மக்கும் கழிவுகள்
2. நகர திரவக் கழிவுகள்

உ. வேளாண் தொழிற்சாலை உபபொருள்கள்

1. புண்ணாக்கு வகை
2. நெல் உமி, தவிடு
3. கரும்பாலை கழிவு, பிரஸ்மட்
4. ரம்பத் தூள்
5. பழ, காய்கறிக் கழிவுகள்
6. பருத்தி, பட்டு கழிவுகள்
7. தேயிலை, புகையிலை கழிவுகள்

ஊ. கடல் சார் கழிவுகள்

1. மீன் கழிவுகள்
2. கடல் பாசி கழிவுகள்

எ. குளத்து வண்டல்

இந்தியாவில் 2000 - 2025 ஆண்டுகளில் இருக்கும் அங்ககக் கழிவு வாய்ப்புகளை கீழ்க்கண்டவாறு கணிக்கலாம்:

வாய்ப்பு	2000	2010	2025
ஜனத்தொகை மில்லியன்	1000	1120	1300
கால்நடைகள் மில்லியன்	498	537	596
உணவு தானிய உற்பத்தி மில்லியன்	230	264	315
மனிதக் கழிவு காய்ந்தது மில்லியன்	16.5	18.5	21.5
கால்நடைக் கழிவு மில்லியன்	375	396	426
பயிர்க் கழிவு மில்லியன்	99	112	162

இத்தனை வளம் நிறைந்த நாட்டில் நல்ல கம்போஸ்ட் தயாரிக்க கீழ்க்கண்ட வகைகள் சரியாக இருக்க வேண்டும்.

1. கார்பன் - நைட்ரஜன் விகிதம்
2. கலக்கும் தன்மை, கலவையின் விகிதம்
3. ஈரப்பதமும் காற்றோட்டமும்
4. வெப்ப அளவு
5. வினை
6. நுண்ணுயிர்களின் செயல்பாடு
7. உபயோகிக்கும் இனாகுலம் (Inoculum)
8. கால்சியம் பாஸ்பேட்
9. கெடுதல் செய்யும் உயிரிகளின் குறையும் தன்மை.

எட்டு காரணிகளும் சரியாக இருந்தால் சிறப்பானதொரு கம்போஸ்ட் தயாராகிவிடும். இதன்பின் எந்த விவசாயியும் உரக்கடையைத் தேடிச் செல்ல வேண்டிய நிலையே ஏற்படாது.

6. இயற்கைப் பயிர் பாதுகாப்பு

ஏரினும் நன்றால் எருவிடுதல் கட்டபில்
நீரினும் நன்றதன் காப்பு

— திருக்குறள் (1038)

ஒரு விவசாயி தன் சாகுபடியை வீட்டுக்குக் கொண்டு வருவதற்கு முன் உழவு செய்தல், எரு இடுதல், விதைப்பு அல்லது நடவு, களையெடுத்தல், நீர் பாய்ச்சுதல், அறுவடை செய்து சுத்தம் செய்தல், சேமித்தல் எனப் பல வகையானப் பணிகளை செய்கின்றார். ஆனால், அந்தச் சாகுபடி பூச்சிகளாலும், நோய்களாலும், எலிகளாலும், பறவைகளாலும், ஆடுமாடு போன்ற கால்நடைகளாலும், காட்டு விலங்குகளாலும் சேதமடைகின்றன.

நமது முன்னோர்கள் எலி, பறவை, ஆடு, மாடு, வனவிலங்குகள் போன்ற வற்றிலிருந்து தமது பயிர் பாதுகாக்கப்படுவதை மட்டுமே பயிர் பாதுகாப்பு என்பதாகக் கருதி செய்து வந்தனர். நடவு அல்லது விதைப்புக்கு முன்பு வேலிகளை அமைத்து ஆடுமாடு மேய்வதைத் தடுத்தனர். பரண் கட்டி கவண்கல் எறிந்து பறவைகளை விரட்டினர். வேலியோரத்தில் பெரிய பள்ளங் களைத் தோண்டி வன விலங்குகளிடமிருந்து பயிர்களைப் பாதுகாத்தனர்.

சுதந்தரம் அடைந்த பின் நாட்டில் ஏற்பட்ட சமூக, பொருளாதார, அரசியல் மாற்றங்களினால் வேளாண் மக்களின் வாழ்க்கை முறை மாறிவிட்டது. புதிய புதிய விதைகள், ஆகவே புதிய புதிய பூச்சிகளும் நோய்களும் பயிருக்கு வந்தன. பசுமைப் புரட்சி நிகழ்த்திய வன்முறையின் விளைவு நோய்களும், பூச்சிகளும் அதிகரித்து, நன்மை செய்யும் பூச்சிகள் குறைந்து, சமன்பாடு குலைந்து வேதியியல் பூச்சிக்கொல்லிகளின் பயன்பாடு அதிகரித்தது.

பயிரைப் பாதுகாக்க என்னென்ன வழிமுறைகளைக் கையாளலாம் என்பதைப் பார்க்கலாம்.

அ. உழவியல் முறை

இதற்கு ஒரு சிறந்த உதாரணம் கோடை உழவு. நிலங்களை கோடை காலத் தில் சரிவுக்குக் குறுக்கே உழவு செய்வது தொன்று தொட்டு நாம் கடைப் பிடித்துவரும் நடைமுறை. கோடை உழவு செய்யும்போது, மண்ணி லிருக்கும் வேர்ப் புழுக்கள், கூட்டுப் புழுக்கள் மேலே புரட்டி விடப்படு கின்றது. அப்போது பறவைகள் அவற்றைத் தின்று அழித்துவிடுகின்றது.

ஆ. வேதியியல் முறை

பூச்சிக்கொல்லிகள் (insecticides), பூஞ்சாணக் கொல்லிகள் (Fungicides), களைக் கொல்லிகள் (Weedicides), புழுக் கொல்லிகள் (Nematicide), எலிக் கொல்லிகள் (Rodenticide) எனப் பலவகைகளில் வேதியியல் விஷக் கொல்லிகள் கிடைக்கின்றன. இவ்வகைக் கொல்லிகள் அதிகம் பணச் செலவு பிடிக்கக் கூடியவை. இவற்றின் எஞ்சிய நஞ்சு, வேளாண் உணவுப் பண்டங்கள் மூலம் மனித உடலையும், தீவனங்கள் மூலம் கால்நடை களையும் அடைகின்றது.

எஞ்சிய நஞ்சு என்பது வெயிலினாலும் மழையினாலும் எவ்வித மாற்றமும் அடையாமல் பயிரின் பாகங்களிலேயே தங்கிவிடுகின்ற நஞ்சுப் பகுதியாகும். வேதியியல் பூச்சிக் கொல்லிகள் புகுந்த பின்னர்தான், வேளாண்மைப் பொருளாதாரம் கீழ்நோக்கி செல்லத் தொடங்கியது. இதனால் உற்பத்தி செலவு அதிகரித்தது. பூச்சிகளிடையே நஞ்சு எதிர்ப்புச் சக்தி அதிகரித்து தீவிரம் கூடியது. சுற்றுச்சூழல் பெரிதும் பாதிப்படைந்தது.

வேதியியல் பூச்சிக் கொல்லிகள், குறிப்பாக ஒரு சில தீமை செய்யும் உயிர்களை மட்டும் தாக்குவதில்லை. அதன் பரந்த அளவு செயல்படும் நச்சுத் தன்மையின் காரணமாக, தீமை செய்யும் பூச்சிகளை எதிர்த்து அழிக்கும் நன்மை செய்யக்கூடிய பல பூச்சிகளும் கொல்லப்படுகின்றன. சில பூச்சிக் கொல்லிகள் பூச்சிகளின் உடலில் வேதியியல் மாற்றங்களை ஏற்படுத்தி பூச்சிகளின் இனப்பெருக்க வேகத்தையும் கூட்டியுள்ளது.

பூச்சிக் கொல்லி நஞ்சுகள் மண், காற்று, நீர், நிலத்தடி நீர் இவற்றில் எளிதில் அகற்ற முடியாதபடிக்குத் தங்குகின்றன. சில வகை பூச்சிக் கொல்லிகளை, உதாரணமாக மாலத்தியான், ஆல்டி கார்ப், தெளித்த பிறகு சுற்றுச்சூழலில் வேதியியல் மாற்றம் அடைகின்றது. அப்போது பூச்சிக் கொல்லிகளின் நச்சுத் தன்மை அதிகமாகின்றது. மனித உடலில் நஞ்சு கொஞ்சம் கொஞ்சமாகச் சேர்ந்து நோய் நொடிகளை உண்டாக்குகின்றன. புற்றுநோய், நரம்பு மண்டல நோய்கள், கல்லீரல் மற்றும் பிற உறுப்புகள் சம்பந்தமான நோய்கள் உண்டாகின்றன. ஒரு சிலவகை நஞ்சுகள் கருவில் வளரும் குழந்தைகளையும் பாதிக்கின்றன, குறை பிரசவம், பிறவிக் குறைகள், மரபு அணுக்களில் மாறுதல்கள் ஏற்படுத்துகின்றன.

உயிரியல் சூழல் அமைப்பில் பூச்சிகளும், நோய்களும் இயற்கையானதே என்பதை நாம் உணர்ந்து கொள்ள வேண்டும். ஆகவே, இயற்கைக்கு முரண் பட்ட செயலைச் செய்வதைத் தவிர்க்க வேண்டும். சூழலியல் சமன்பாட்டில் பூச்சிகளும் (Pests) இரை விழுங்கி பூச்சிகளுக்கும் (Predators) ஒரு விதமான சமன்பாடு நிலவி வருகின்றது. அதனை இயற்கையின் வழியில் எவ்வாறு கட்டுப்படுத்துவது என்பதே நமது நோக்கமாக இருக்க வேண்டும். பூச்சி, நோய் தாக்குதல் எனக் கூறப்படுவது சமன்பாட்டினைக் கடந்து பூச்சிகளின் எண்ணிக்கையும் நோய் உண்டாக்கும் காரணிகளும் அதிகரித்து பயிர் மகசூலை பாதிப்படையைச் செய்வதையே குறிக்கும்.

இ. உயிரின உயிர்க் கொல்லிகள்

தாவரத்திற்கும், மனிதனுக்கும், விலங்குகளுக்கும் எந்தவித தீங்கும் விளை விக்காமல் அதே நேரத்தில் பயிருக்குத் தீங்கு விளைவிக்கக் கூடிய புழுக் களையும், பூச்சிகளையும், நோய்களையும், நோய்க்கான காரணிகளையும் அழிக்கக்கூடிய உயிருள்ள பொருள்களை உயிரின உயிர்க் கொல்லிகள் என வகைப்படுத்தலாம்.

அவைகளாவன, ஒட்டுண்ணிகள் (Parasites); எதிரிப் பூச்சிகள் (Predators); நோய்க் கிருமிகள் (Pathogans); இன கவர்ச்சிப் பொறிகள் (Pheramone Traps); வெறுப்பூட்டிகள் (Repellants); ஊண் தடுப்பான்கள் (Antifeedants); மலட்டூட்டிகள் (Chemasterilarts) இளநிலை ஊக்கிகள் (Suralina Harmones); தோல் வளர்ச்சி கட்டுப்படுத்திகள் (Chitin inhibitors). இனி, இவை ஒவ்வொன்றைப் பற்றியும் சுருக்கமாகப் பார்ப்போம்.

இ-1. ஒட்டுண்ணிகள்: நம்முடைய பயிருக்குச் சேதம் ஏற்படுத்துகின்ற புழுக் களின் மேல் ஒட்டிக் கொண்டு, தான் வளர்வதற்குத் தேவையான உணவினை அந்தப் புழுக்களிடமேயிருந்து எடுத்துக்கொண்டு, நாளடைவில் அந்தப் புழுக்களை கொன்றுவிடும் உயிரினங்களை ஒட்டுண்ணிகள் எனலாம்.

பருத்தி காய்ப்புழு, கரும்பு இடைக்கணுப்புழு, நெல் குருத்துப் புழு போன்ற வைகளை அழிக்க டிரைக்கோரம்மா SP எனும் ஒட்டுண்ணிகளைப் பயன் படுத்தலாம். தென்னை கருந்தலைப் புழுவைக் கட்டுப்படுத்த பிரகோன்டிஸ், பேத்தலிட்ஸீ, யூலோபிட்ஸீ, பைமோடிட் போன்ற ஒட்டுண்ணிகளை பயன் படுத்தலாம்.

இ-2. எதிரிப் பூச்சிகள் எனும் இரை விழுங்கிகள்: பயிரைத் தாக்கி சேதம் விளை விக்கக் கூடிய பூச்சிகளை இந்த இரை விழுங்கிகள் அப்படியே விழுங்கி விடுவதால், பூச்சிகள் அழிக்கப்படுகின்றன. இந்த இரை விழுங்கிகள் முட்டைகள் கொண்ட அட்டைகள் கிடைக்கும். இந்த அட்டையை ஒரு பாலிதீன் பையில் வைத்து அதற்குள் சிறுசிறு பேப்பர் துண்டுகளைப் போட வேண்டும். ஓரிரு நாள்களில் புழு முட்டையிலிருந்து வெளிவரும். 3 அல்லது 4 புழுக்கள் ஒட்டியுள்ள ஒரு பேப்பர் துண்டை 10 செடிகளுக்கு ஒன்று வீதம் வைக்க வேண்டும். இந்தப் புழுக்கள் பயிர்களைத் தாக்கும் புழுக்களை அப்படியே விழுங்கிவிடும். மேலும் இப்புழுவானது, வண்டாக மாறிய பின்னும் தொடர்ந்து எதிரிப் பூச்சிகளை பிடித்து விழுங்கிவிடும்.

பருத்தியில் வரும் காய்ப்புழு, இலைப்பேன், அசுவினி, வெள்ளை ஈ. ஆகியவற்றிற்கு கிரைசோபா எனும் எதிரிப் பூச்சியும்; பழப்பயிர்களில் வரும் மாவுப் பூச்சிக்கு கிரைப்டோலிமஸ் எனும் எதிரிப் பூச்சியும்; தென்னையில் வரும் காண்டாமிருக வண்டிற்கு சன் டீலஸ் பாரெல்லியஸ் பூச்சியும், சிவப்பு கூன் வண்டிற்கு சீலஸீஸோ கெஸ்மோரிஸ் எனும் பூச்சியும்; பருத்தி காய்ப் புழுவிற்கு லேடி பேர்ட் பீட்டிலுமே எதிரிப் பூச்சி களாகப் பயன்படுகின்றது.

இ-3. நோய் கிருமிகள்: நன்மை விளைவிக்கும் பாக்டீரியா, வைரஸ் போன்ற நுண் கிருமிகளைப் பயிரைத் தாக்கும் புழுக்களின் மேல் தெளித்தும் அல்லது புழுக்களுக்கு உணவாக அளிக்கப்படும் போதும் இந்நோய்க் கிருமிகள் அப்புழுக்களுக்கு நோயை உண்டாக்கிக் கொன்றுவிடுகின்றன. மேலும், இந்நோய் கிருமிகள் பயிருக்குச் சேதத்தை ஏற்படுத்தும் நோய்களையும் கட்டுப்படுத்துவதுடன் பயிர் வளர்ச்சி ஊக்கியாகவும் செயல்படுகின்றது.

இவை நுண்கிருமிகளைக் கொண்ட பவுடராகக் கிடைக்கும். இதனை புழுக்களின் மேல் தெளிக்கும்போது புழுவின் மேல் பட்டும், புழு இதனை உணவாக எடுத்துக் கொள்ளும்போது புழுக்களுக்கு நோயை உண்டாக்கிக் கொல்லும். மேலும், இது கெடுதல் விளைவிக்கும் நுண்கிருமிகளையும் அழிக்கின்றன. என்னென்ன நோய்க்கு எதிராக என்னென்ன நோய்க் கிருமிகளை பயன்படுத்தலாம் என்கிற பட்டியல் இதோ:

பருத்தியில் காய்ப்புழு, காலி ஃப்ளவரில் வைர முதுகு புழு - பேசிலஸ் துருஞ்சிஸ் எனும் பாக்டீரியா. அனைத்துப் பயிர்களுக்கான வேர் அழுகல் நோய்க்கு - சூடோமோனஸ் ஃப்ளோரசன்ஸ், சூடோமோனஸ் புட்டிடா எனும் பாக்டீரியா.

பழப் பயிர்களின் நூற் புழுவிற்கும், வேர்ப் புழுவிற்கும் - புலேரியா பாஸினா எனும் பூஞ்சாணம். பழப் பயிர்களுக்கான மாவுப் பூச்சிக்கும், மலைத் தோட்டப் பயிர்களைத் தாக்கும் இலைப்பேன் மற்றும் செதில் பூச்சிக்கும் - வெர்ரிசிலிம் லெகானில் மற்றும் அம்பிலோமைசிஸ் குஸ்குவாலிஸ் எனும் பூஞ்சாணம்.

தென்னையைத் தாக்கும் காண்டாமிருக வண்டிற்கும், நிலக்கடலையைத் தாக்கும் கம்பளிப் புழுவிற்கும் - மடர்ஹிஜியம் அனிசோப்லே எனும் பூஞ்சாணம். ஆரஞ்சு, திராட்சை பழ அழுகல் நோய்க்கு - செப்ட்ரோ மைசிஸ் கிரைஸீவிவிட்ரிஸ், கனடிடா ஓலியேபிலா எனும் பூஞ்சாணம். அனைத்துப் பயிர்களுக்கான வேர் அழுகல் நோய்களுக்கு - டிரைகோடர்மா விர்ர டிரைகோடர்மா ஹாரிஜானம் மற்றும் கிலியோ காடியம் வைரன்ஸீ எனும் பூஞ்சாணம்.

NPV எனும் நியூகிளியர் பாலிஹைடோரிஸ் வைரஸ் கொண்டு, பருத்தியில் வரும் காய்ப்புழு. பயறு வகைகளில் உள்ள காய்ப்புழு, நிலக்கடலையில் வரும் கம்பளிப்புழு ஆகியவற்றைக் கட்டுப்படுத்தலாம்.

இ-4. இனக் கவர்ச்சிப் பொறிகள்: பயிருக்கு சேதத்தை ஏற்படுத்தும் புழு, பூச்சிகளின் தாய் அந்துப் பூச்சிகளை கவர்ந்து கொல்லுதல் இனக் கவர்ச்சிப் பொறிகளாகும். இதில் முதன்மையானது விளக்குப் பொறியாகும். பூச்சி தாக்குதல் உள்ள செடிகளுக்கு நடுவே இரவு நேரத்தில் விளக்கு ஏற்படும்போது, பூச்சிகள் வெளிச்சத்தால் கவரப்படுகின்றன. விளக்கிற்குக் கீழ் ஒரு தட்டில் தண்ணீரின் மேல் உள்ள மண்ணெண்ணெயில் விழுந்து இறந்துவிடுகின்றன. இம்முறையில் நிலக்கடலை பயிரைத் தாக்கும் செதில் பூச்சிகளை அழிக்கலாம்.

உணவுப் பொறி என்பது பயிரைத் தாக்கும் பூச்சிகளுக்கு விஷ உணவு உருண்டைகள் வைக்கப்பட்டு, கவர்ந்து கொல்லப்படுகின்றன. தென்னை யைத் தாக்கும் காண்டாமிருக வண்டுகளை கவர்ந்து இழுத்து கொல்ல வாயகன்ற மண்பானையில் தண்ணீருடன் ஆமணக்கு, புண்ணாக்கை ஊற வைத்தல் அல்லது புளித்த கள் வைத்தல் போன்ற உத்திகள் பயன்படுத்தப் பட்டு வருகின்றன.

இதனைத் தவிர, இனக் கவர்ச்சிப் பொறி எனும் அமைப்பு உள்ளது. இனப் பெருக்கத்திற்காகப் பெண் பூச்சிகள் ஒரு வாசனை திரவத்தைச் சுரக்கின்றன. இந்த வாசனையை நுகர்ந்தவுடன் ஆண் பூச்சிகள் பெண் பூச்சிகள் இருக்கும் இடத்தை அடையுமென்பது, இயல்பு. செயற்கை முறையில் பெண் பூச்சிகள் சுரக்கும் திரவத்தை அதே வாசனையுடன் தயாரித்து, இதற்கென பிரத்தியோக மாக வடிவமைக்கப்பட்ட பொறிகளில் உள்ள ரப்பர் துண்டுகளில் பொருத்து கின்றனர். செயற்கை வாசனையால் கவரப்பட்ட ஆண் அந்துப் பூச்சிகள் பொறியில் விழுந்து மடிகின்றன. ஆண் அந்துப் பூச்சிகளை அழிப்பதன் மூலம் இனப்பெருக்கம் மட்டுப்பட்டு பூச்சிகளின் சேதம் குறைகின்றது.

இ-5. வெறுப்பூட்டிகள்: சிலவகைப் பொருள்களை மரத்திற்கு அல்லது செடிகளுக்கு அளிக்கப்படும்போது, அந்த வாசனை பூச்சிகளை வெறுப்பூட்டி விரட்டுகின்றன. இதனால் பயிர் பாதுகாக்கப்படுகிறது.

தென்னை மர காண்டாமிருக வண்டினை விரட்ட அந்து உருண்டை எனப்படும் நாப்தலினும், மாமரத்திற்கு வரும் தத்துப்பூச்சிகளையும் வண்டுகளையும் விரட்ட போர்டோகலவையும், மரங்களைதாக்கும் கறையானை விரட்ட தாரும் பயன்படுகின்றன.

இ-6. ஊண் தடுப்பான்கள்: சில வகைப் பொருள்களை பயிரின் மேல் தெளிக்கும்போது, அந்த இலைகளை பூச்சிகள் உண்பதில்லை நாளடைவில் பசியால் அப்புழுக்கள் இறந்து விடும். அனைத்துப் பயிர்களின் இலையைத் தின்னும் புழுக்கள் வேப்ப எண்ணெய் தெளிக்கப்பட்ட இலையை உண்பதில்லை.

இ-7. மலடூட்டிகள்: சில வகை மருந்துகளை பூச்சிகள் உணவாக உண்ணும் போது, மலட்டுத்தன்மை ஏற்பட்டு இனப்பெருக்கம் தடை செய்யப்படு கின்றது. இதன் மூலமும் பூச்சிகளை அழிக்கலாம். பியூட்ரிக் அமிலம் இது போல செயல்படும்.

இ-8. இளநிலை ஊக்கிகள்: ஒரு பூச்சியானது முட்டையிலிருந்து சிறு புழுவாக வெளிவந்து பெரிய புழுவாக மாறுவதற்குள் அதன் வளர்ச்சியைத் தடை செய்தல். அதாவது, இளநிலை ஊக்கிகள் அளிக்கப்படும்போது, அதனை சிறுபுழுக்கள் உண்பதினால் அதன் வளர்ச்சி தடைபட்டு இறந்துவிடும். மேலும், இளநிலை ஊக்கிகளை பூச்சிகளின் மேல் தெளிக்கப்படும்போது, அது அப்பூச்சியினை இறுக்கிக் கொன்றுவிடும்.

சேமிப்பு தானியங்களில் உண்டாகும் அந்துப் பூச்சிகளை அல்டோசர் அல்லது அல்டோசிட் தெளிப்பதன் மூலமும், துவரம் பருப்புகள், களிமண் கலப்பதால் வண்டுகளும் கட்டுப்படுத்தப்படும்.

இ-9. தோல் வளர்ச்சி கட்டுப்படுத்திகள்: சில பொருள்கள் பூச்சிகளின் தோல் மேல் பட்டவுடன் அதன் வளர்ச்சி பாதிக்கப்பட்டு, வளர்ச்சி அடையாமல் இறந்துவிடும்.

ஈ. தாவர பூச்சிக் கொல்லிகள் :

ஒரு தாவரத்தில் குறைவான ஊட்டம் இருக்குமேயானால் அந்தத் தாவரம் வலுவிழந்து காணப்படும். இவ்வகையான பயிர்கள் எளிதில் நோய் தாக்கு தலுக்கு இலக்காகின்றது. இந்தப் பயிர்களை வைரஸ்களும், நுண்ணுயிர் களும் தாக்கி தாவரத்தை நோய்வாய் பட வைக்கின்றது. ஆனால் ஒரு தாவரத் திற்கு அளவிற்கு அதிகமான ஊட்டம் இருக்குமேயானால், அதிக அளவு கரும் பச்சை நிறம் இருக்குமேயானால், அது பூச்சிகளை கவர்ந்து இருக்கின்றது. பச்சை இலைகளை தின்ன வரும் பூச்சிகள் பயிரை நாசம் செய்கின்றன.

சில தாவரங்கள் இயற்கையிலேயே பூச்சிகளைக் கொல்லும் நச்சுப் பொருள்களை தன்னகத்தே கொண்டுள்ளன. இவைகளை நாம் பூச்சிகளுக்கு உணவாக அளிப்பதனால் இந்த நச்சுப்பொருள்கள் பூச்சியின் வயிற்றினுள் சென்று பூச்சிகளைக் கொல்லுகின்றன. இதற்குத் தாவரப் பூச்சிக்கொல்லிகள் என்று பெயர்

தாவரங்கள்	நஞ்சின் வேதியியல் பெயர்
வேம்பு	அசார்டிடாக்ஸின்
மிளகாய்	காப்சிசின்
பூண்டு	அல்லிசின்
அரளி	பைரித்ரம்
சீத்தாப்பழம்	அனோனின்

வேம்பு, புகையிலை, தும்பை, புங்கம், துளசி, கற்றாழை, சீத்தாப்பழம், நொச்சி, வசம்பு, எட்டி, மஞ்சள், இஞ்சி, பூண்டு, வெங்காயம் மூலிகை பூச்சி மருந்து ஆகியவற்றைப் பற்றி பார்க்கும் முன் தாவர பூச்சிக் கொல்லிகளை பயன்படுத்தும்போது அவசியம் கவனத்தில் கொள்ள வேண்டியவை.

1. பூச்சிகள் குறைந்த அளவு இருக்கும்போதே பயன்படுத்த வேண்டும்.
2. காலை அல்லது மாலை வேளைகளில் மட்டும் தெளிக்க வேண்டும்.
3. காதி சோப் கரைசலை பயன்படுத்தும்போது, மருந்து இலைகளில் ஒட்டும் தன்மையை அதிகரிக்கின்றது.
4. கரைசல் தயாரிக்கப் பயன்படுத்தப்படும் பாத்திரம் மண் அல்லது மரம் அல்லது சிமெண்ட் தொட்டி அல்லது பிளாஸ்டிக் மட்டுமே பயன்படுத்த வேண்டும்.

5. வடிகட்டுதல் என்பது காடாத் துணியைக்கொண்டு கரைசலை இரண்டு முறை வடிகட்ட வேண்டும் என்பதைக் குறிக்கும்.

6. கசாயம் என்பது ஓர் இரவு ஊறவைத்து, பின் 45 நிமிடம் கொதிக்க வைத்து, பின் இரண்டு முறை வடிகட்டப்பட்ட திரவமாகும்.

7. பசுவின் கோமியம் 3 நாள்களுக்கு முன்னர் சேகரிக்கப்பட்டதாக இருப்பது சிறந்தது.

8. எண்ணெய் கரைசல் என்பது தண்ணீருடன் சேர்க்கும்போது, கரைகிறது. பின் சிறிது நேரத்திற்குள் திவலைகளாக மாறிவிடும். எனவே, எண்ணெய் கரைசலை தயார் செய்தவுடன் தெளிப்பது நல்லது.

9. ஒவ்வொரு தாவர பூச்சிக்கொல்லி மருந்தினையும் சரியான அளவு தண்ணீர் சேர்த்து தெளிக்க வேண்டும். இல்லையேல், இலை கருகும் வாய்ப்பு உண்டு.

10. சில தாவர பூச்சிக் கொல்லி கரைசல் 10 லிட்டர், 15 லிட்டர் என முழு கரைசலாக மட்டுமே தயாரிக்க முடியும். அனைத்து கரைசலும் 1 லிட்டர் அளவு கொண்டு தயாரிக்கப்படுகின்றது. எனவே அக்கரைசலை 1:10 அல்லது 1:15 என்று தேவைப்படும் அளவில் தண்ணீர் சேர்த்து பயன்படுத்த வேண்டும்.

11. ஒரேவகைதாவரபூச்சிக் கொல்லியை தொடர்ந்து பயன்படுத்தக்கூடாது. மாறி மாறி இதர தாவர பூச்சிக் கொல்லிகளை பயன்படுத்துவதே சிறப்பானது.

வேம்பு

வேப்ப இலைக் கரைசல்

அளவு

1 லிட்டர் தண்ணீர் + 100 கிராம் பச்சை வேப்ப இலை + காதி பார் சோப்பு கரைசல் 4 மில்லி.

செய்முறை : 1 லிட்டர் தண்ணீருக்கு 100 கிராம் வேப்ப இலையை நன்றாக இடித்து இலைக் கூழாக்கி ஓர் இரவு முழுவதும் மூழ்குமாறு ஊற வைக்க வேண்டும். மறுநாள் காலை சாற்றினை பிழிந்து வடிகட்டி, அதனுடன் காதி பார் சோப்பு கரைசல் 4 மில்லியைச் சேர்த்து தெளிக்கவேண்டும். இதே கரைசலை அதிக அளவில் தயார் செய்யும்போது, வேப்ப இலைக் கூழுக்குத் தேவையான அளவு தண்ணீரை மட்டும் சேர்த்து ஊறவிட்டு, மீதமிருக்கும் தண்ணீரை தெளிக்கும்போதும் சேர்த்து தெளிக்கலாம்.

வேம்பு விதைக் கரைசல்

அளவு: 1 லிட்டர் தண்ணீர் + 25 கிராம் ஓடு நீக்கிய விதைப் பருப்பு அல்லது 75 கிராம் ஓடு பிரிக்காத விதை + காதி சோப்பு கரைசல் 4 மில்லி.

செய்முறை: 1 லிட்டர் தண்ணீருக்குத் தேவையான விதையை எடுத்து இடித்து பொடியாக்கி ஒரு காடாத்துணியில் கட்டி ஒருநாள் இரவு முழுதும்

கட்டுப்படுத்தப்படும் பூச்சிகள்

பயிர்	பூச்சிகள்	பயன்படும் கரைசல்
அனைத்துப் பயிர்களும்	இலை தின்னும் புழுக்கள்	இலைக் கரைசல் (அ) விதைக் கரைசல் (அ) பிண்ணாக்கு கரைசல் (அ) வேப்ப எண்ணெய் கரைசல்
நெல்	படைப்புழு	இலை (அ) விதை (அ) பிண்ணாக்கு கரைசல்
	புகையான்	எண்ணெய் கரைசல்
	பச்சை தத்துப்பூச்சி	எண்ணெய் கரைசல்
	ஆனைக் கொம்பன் A	இலை (அ) விதை (அ) புண்ணாக்கு கரைசல்.
	தண்டு துளைப்பான்	இலை (அ) எண்ணெய் கரைசல்.
	வெள்ளை தத்துப் பூச்சி	எண்ணெய் கரைசல்.
மக்காச்சோளம்	படைப்புழு	இலை (அ) விதை (அ) பிண்ணாக்கு கரைசல்
	தண்டு துளைப்பான்	இலை (அ) எண்ணெய் கரைசல்
	வெள்ளை தத்துப்பூச்சி	எண்ணெய் கரைசல்
காய்கறி பயிர்கள்	படைப் புழு	இலை (அ) விதை (அ) பிண்ணாக்கு கரைசல்
பயறு வகைகள்	படைப் புழு	இலை (அ) விதை (அ) பிண்ணாக்கு கரைசல்
எலுமிச்சை	படைப்புழு	இலை (அ) விதை (அ) பிண்ணாக்கு கரைசல்
	இலைத் துளைப்பான்	இலை (அ) விதை (அ) பிண்ணாக்கு கரைசல்
பருத்தி	தண்டுப் பூச்சி	எண்ணெய் கரைசல்
	இளஞ்சிவப்பு	இலை(அ)எண்ணெய் கரைசல்
கரும்பு	காய் புழு	இலை கரைசல் (அ)
	தண்டு துளைப்பான்	எண்ணெய் கரைசல்

மூழ்கவைத்து ஊற வைத்தபின் மறுநாள் காலை பிழிந்து வடிகட்டி அதனுடன் காதி சோப்பு கரைசல் 4 மில்லி சேர்த்து நன்கு கலக்கி தெளிக்கவும்.

வேம்பு புண்ணாக்குக் கரைசல்

அளவு: *1 லிட்டர் தண்ணீர் + 50 கிராம் புண்ணாக்கு + காதி சோப்பு கரைசல் 4 மில்லி.*

செய்முறை: ஒரு லிட்டர் தண்ணீருக்கு 50 கிராம் வேப்பம் புண்ணாக்கை நன்றாக இடித்துப் பொடியாக்கி ஒரு காடாத்துணியில் கட்டி ஒருநாள் இரவு முழுவதும் ஊறவைத்து பின் பிழிந்து வடிகட்டிய கரைசலுடன் காதி பார் சோப்பு கரைசல் 4 மில்லி சேர்த்து கலக்கி தெளிக்க வேண்டும்.

வேப்ப எண்ணெய் கரைசல்

அளவு: *1 லிட்டர் தண்ணீர் + 15 மில்லி வேப்ப எண்ணெய் + கதர் பார் சோப்பு கரைசல் 4 மில்லி.*

செய்முறை: ஒரு லிட்டர் தண்ணீருக்கு 15 மில்லி வேப்ப எண்ணெய்யை நன்றாகக் கலக்கி அத்துடன் காதி சோப்பு கரைசலை 4 மில்லி சேர்த்து கலக்கி தெளிக்கவும்.

புகையிலை

புகையிலைக் கசாயம்

அளவு : *1 லிட்டர் தண்ணீர் + 50 கிராம் புகையிலைத் தண்டு காதி பார் சோப்பு 4 மில்லி.*

செய்முறை: ஒரு லிட்டர் தண்ணீருக்கு 50 கிராம் புகையிலை தண்டினை சிறிது சிறிதாக நறுக்கி அதனை போதுமான அளவு தண்ணீரில் 45 நிமிடங்கள் கொதிக்க வைத்து, பின் ஆற வைத்து, நன்றாகக் கலக்கி வடிகட்ட வேண்டும். இத்துடன் காதி பார் சோப்பு கரைசல் 4 மில்லி கலந்து தெளிக்க வேண்டும்.

புகையிலை, மிளகாய் தூவு தூள்

அளவு: *3:2:5 புகையிலைப் பொடி : மிளகாய்ப் பொடி : மணல்*

செய்முறை: இடித்து பொடியாக்கப்பட்டு புகையிலைப் பொடி 3-க்கு 2-பங்கு மிளகாய் தூள் உடன் மணல் 5 பங்கு சேர்த்து கலந்து செடிகளின் மேல் தூவலாம்.

புகையிலை, எலுமிச்சை, எருக்கு கரைசல்

அளவு: *1 லிட்டர் தண்ணீர் + 50 கிராம் புகையிலை + 8 மில்லி எலுமிச்சை இலை சாறு + 8 மில்லி எருக்கு இலைச்சாறு + காதி பார் சோப்பு கரைசல் 4 மில்லி.*

செய்முறை: ஒரு லிட்டர் தண்ணீருக்கு 50 கிராம் புகையிலை தண்டினை சிறு சிறு துண்டுகளாக நறுக்கி வேகவைத்து ஆற வைத்து வடித்து கரைசலை

கட்டுப்படுத்தப்படும் பூச்சிகள்

பயிர்	பூச்சிகள்	பயன்படுத்தப்படும் கரைசல்
கொடி காய்கறிகள் மற்றும் காய்கறிகள்	அசுவினி	புகையிலை கசாயம் (அ) புகையிலை எலுமிச்சை எருக்கு (அ) புகையிலை தாவரப்பொருள் கோமியம்
	அமெரிக்கன் படைப்புழு	புகையிலை கசாயம் (அ) புகையிலை மிளகாய்ப் பொடி தூவு தூள்.
	இலைப்பேன்	புகையிலை கசாயம் (அ) புகையிலை எலுமிச்சை எருக்கு இலை
	வெள்ளை ஈ	புகையிலை கசாயம் (அ) புகையிலை தாவரப் பொருள், கோமியக்கரைசல்.
	வேர்ப்புழு	புகையிலை கசாயம் (அ) புகையிலைப் பொடியை நடவுக்கு முன் மண்ணுடன் கலக்க வேண்டும்.
எலுமிச்சை	அசுவணி	புகையிலை கசாயம் (அ) புகையிலை, எலுமிச்சை எருக்கு இலை (அ) புகை யிலை தாவரப் பொருள் கோமியக் கரைசல்
மக்காச்சோளம்	அமெரிக்கன் படைப்புழு	புகையிலை கசாயம் (அ) புகையிலை மிளகாய்ப் பொடி தூவு தூள்
	தண்டு துளைப்பான்	புகையிலை மிளகாய்ப் பொடி தூவு தூள்
பருத்தி	அமெரிக்கன் படைப் புழு	புகையிலை கசாயம் (அ) புகையிலை மிளகாய்ப் பொடி தூவு தூள்
	வெள்ளை ஈ	புகையிலை கசாயம் (அ) புகையிலை, தாவரப் பொருள்கள் கோமியக் கரைசல்

பயிர்	பூச்சிகள்	பயன்படுத்தப்படும் கரைசல்
	வேர்ப்புழு	புகையிலை கசாயம் (அ) புகையிலைப் பொடியை நடவுக்கு முன் கலக்க வேண்டும்.
சூரியகாந்தி	அமெரிக்கன் படைப்புழு	புகையிலை கசாயம் (அ) புகையிலை மிளகாய்ப் பொடி தூவு தூள்
	வெள்ளை ஈ	புகையிலை கசாயம் (அ) புகையிலை, தாவரப் பொருள்கள் கோமியக் கரைசல்
கரும்பு	வேர்ப் புழு	புகையிலை கசாயம் (அ) புகையிலைப் பொடியை நடவுக்கு முன் மண்ணு டன் கலக்க வேண்டும்.
	தண்டு துளைப்பான்	புகையிலை மிளகாய்ப் பொடி தூவு தூள்
நெல்	கதிர் நாவாய் பூச்சி	புகையிலை கசாயம் (அ) புகையிலை மிளகாய்ப் பொடி தூவு தூள்

எடுத்துக் கொள்ள வேண்டும். எலுமிச்சை இலையை இடித்து ஒரு இரவு ஊறவைத்து பின் வடித்து கரைசலை தயாரிக்க வேண்டும். அதேபோல், எருக்கு இலைகளையும் இடித்து ஊறவைத்து பின் வடித்து கரைசலை தயார் செய்து பின்னர் மூன்றையும் ஒன்றாகக் கலந்து அத்துடன் காதி பார் சோப்பு கரைசல் 4 மில்லி சேர்த்து தெளிக்க வேண்டும்.

புகையிலை, கோமியக் கரைசல்

அளவு: *1 லிட்டர் தண்ணீர் + 100 கிராம் புகையிலை கசாயம் + 25 மில்லி கோமியம்*

செய்முறை: *புகையிலைத் தண்டினை கொதிக்க வைத்து, ஆறவைத்து, வடிகட்டி கரைசலை எடுத்துக் கொள்ள வேண்டும். அதனுடன் மூன்று நாள்களுக்கு முன்னர் சேகரித்த கோமியத்தினை கலந்து தெளிக்க வேண்டும்.*

புகையிலை, தாவரப் பொருள்கள், கோமியக் கரைசல்

அளவு: *1 லிட்டர் தண்ணீர் + பூண்டு 8 கிராம் + பச்சை மிளகாய் 4 கிராம் இஞ்சி 4 கிராம், மூன்றையும் அரைத்து கூழாக்கிய கரைசல் + வேப்ப எண்ணெய் 8 மில்லி + 50 கிராம் புகையிலை கசாயம் 1.5 கிராம் பெருங்காய கரைசல் + காதி பார் சோப்பு கரைசல் 4 மிலி.*

செய்முறை: ஒரு லிட்டர் தண்ணீருக்கு முதலில் பூண்டு, பச்சை மிளகாய் இஞ்சியை அரைத்து கரைசலாக்கிக் கொள்ளவேண்டும். பின், வேப்ப எண்ணெய், புகையிலை கசாயம், பெருங்காய கரைசல் ஆகியவற்றைச் சேர்த்து காதி பார் சோப்பு கரைசல் 4 மில்லியம் கலந்து தெளிக்க வேண்டும்.

தும்பை

இலைக் கரைசல்

அளவு: *1 லிட்டர் தண்ணீர் + 50 கிராம் தும்பைச் செடி + காதி பார் சோப்பு கரைசல் 4 மில்லி.*

செய்முறை : ஒரு லிட்டர் தண்ணீருக்குத் தும்பை செடியை துண்டு துண்டாக நறுக்கி நீரில் ஒரு இரவு ஊறவைத்து பின் அரைத்து, வடிகட்டி சாறு எடுத்து அத்துடன் காதி பார் சோப்பு கரைசல் 4 மில்லி கலந்து தெளிக்கவும்.

கட்டுப்படுத்தப்படும் பூச்சிகள்

பருத்தி சிகப்பு பூச்சி தும்பை இலைக்கரைசல்

புங்கம்

இலைக் கரைசல்

அளவு: *1 லிட்டர் தண்ணீர் + 200 கிராம் புங்க இலை + காதி பார் சோப்பு கரைசல் 4 மில்லி.*

செய்முறை: ஒரு லிட்டர் தண்ணீருக்கு, புங்க இலைகளை நன்கு இடித்து, இரவு முழுதும் ஊறவைத்து வடிகட்டி பிழிந்த சாற்றுடன் காதி பார் சோப்பு கலந்து தெளிக்க வேண்டும்.

விதைக் கரைசல்

அளவு: *1 லிட்டர் தண்ணீர் + 50 கிராம் ஓடு நீக்கப்பட்ட விதை (அ) 150 கிராம் ஓடு நீக்கப்படாத விதை + காதி பார் சோப்பு கரைசல் 4 மில்லி.*

செய்முறை: ஒரு லிட்டர் தண்ணீருக்கு, விதையை நன்கு இடித்து பொடியாக்கி அதனை ஒரு காடாத் துணியில் கட்டி, ஓர் இரவு முழுவதும் நீரில் ஊறவைத்து மறுநாள் காலை பிழிந்து வடிகட்டி அத்துடன் காதி பார் சோப்பு கரைசல் கலந்து தெளிக்கலாம்.

எண்ணெய் கரைசல்

அளவு: *1 லிட்டர் தண்ணீர் + 30 மில்லி புங்க எண்ணெய் + காதி பார் சோப்பு கரைசல் 4 மில்லி.*

செய்முறை: ஒரு லிட்டர் தண்ணீருக்குப் புங்க எண்ணெய் நன்கு கலந்து அத்துடன் காதிபார் சோப்பு கரைசலை கலந்து தெளிக்க வேண்டும்.

புண்ணாக்குக் கரைசல்

அளவு: *1 லிட்டர் தண்ணீர் + 100 கிராம் பிண்ணாக்கு + காதி பார் சோப்பு கரைசல் 4 மில்லி.*

செய்முறை: ஒரு லிட்டர் தண்ணீருக்குப் பிண்ணாக்கை நன்கு பொடியாக்கி ஒரு காடாத்துணியில் கட்டி, இரவு முழுவதும் நீரில் ஊறவைத்து பின் பிழிந்து வடிகட்டி அத்துடன் காதி பார் சோப்பு கரைசலை கலந்து தெளிக்கலாம்.

புங்க எண்ணெய், வேப்ப எண்ணெய் கரைசல்

அளவு: *1:4 புங்க எண்ணெய் : வேப்ப எண்ணெய் + காதி பார் சோப்பு கரைசல் 4 மில்லி.*

செய்முறை: புங்க எண்ணெய் 1 பங்கு வேப்ப எண்ணெய் 4 பங்கு அளவுடன் கலந்து அத்துடன் காதி பார் சோப்புக் கரைசலை கலந்து தெளிக்க வேண்டும்.

புங்கனுடன் இதர கரைசல்

அளவு: *15 லிட்டர் தண்ணீர் + 1 கிலோ புங்கம் பிண்ணாக்குப் பொடி, 1 கிலோ வேப்பம் புண்ணாக்கு பொடி, 250 கிராம் எட்டிக்காய் விதைப்பொடி கலந்த பொடிக் கரைசல் + 500 மில்லி கற்றாழை சாறு + 3 லிட்டர் கோமியம்.*

குறிப்பு: இக்கரைசலுடன் 10 மடங்கு தண்ணீர் சேர்த்து கலந்து தெளிக்க வேண்டும் (1 லிட்டர் தண்ணீருக்கு 1 லிட்டர் கரைசல்).

செய்முறை: 15 லிட்டர் தண்ணீருக்கு புங்கம், வேப்பம், எட்டி பொடிக் கரைசலை கலந்து மின் கற்றாழை இலையை மேல் தோலை உரித்து பிழிந்து சாற்றினை கலந்து அத்துடன் 3 நாளுக்கு முன் சேமித்த கோமியத்தையும் கலந்து 1 லிட்டர் கரைசலுடன் 10 லிட்டர் தண்ணீர் சேர்ந்து தெளிக்க வேண்டும்.

புங்கம் இலைப் பொடி

அளவு: *100 கிராம் தானியம் 2 கிராம் புங்கம் இலைப்பொடி.*

செய்முறை: புங்கம் இலையை காயவைத்து இடித்து பொடியாக்கிக் கொள்ள வேண்டும். இதனை தானியத்துடன் சேர்ந்து கலந்து வைக்கும்போது, வண்டு தாக்குதல் இல்லாமல் நீண்ட நாள் சேமிக்கலாம்.

கட்டுப்படுத்தப்படும் பூச்சிகள்

பயிர்	பூச்சிகள்	பயன்படும் கரைசல்
கொடி காய்கறிகள்	அசுவினி	புங்கம் வேப்ப எண்ணெய் கரைசல் (அ) புங்கனுடன் இதர கரைசல்
	படைப்புழு	புங்கம் விதை கரைசல் (அ) புங்கம் பிண்ணாக்குக் கரைசல் (அ) புங்க இலை கரைசல்
	வெள்ளை ஈ	புங்கனுடன் இதர கரைசல் (அ) புங்கம், வேம்பு எண்ணெய்க் கரைசல்
எலுமிச்சை	அசுவினி	புங்கனுடன் இதர கரைசல் (அ) புங்கம், வேம்பு எண்ணெய்க் கரைசல்
	இலைத் துளைப்பான்	புங்கவிதைக் கரைசல் (அ) புங்கம் புண்ணாக்குக் கரைசல் (அ) புங்கம் இலைக் கரைசல்
	படைப்புழு	புங்கம் விதைக் கரைசல் (அ) புங்கம் புண்ணாக்கு கரைசல் (அ) புங்கம் இலைக் கரைசல்
உருளைக்கிழங்கு	அந்துப்பூச்சி	புங்கம் விதைக் கரைசல் (அ) புங்கம் புண்ணாக்கு கரைசல் (அ) புங்கம் இலைக் கரைசல்
	வெள்ளை ஈ	புங்கத்துடன் இதர கரைசல் (அ) புங்க எண்ணெய்க் கரைசல்
நெல்	படைப்புழு	புங்கம் விதைக்கரைசல் (அ) புங்கம் பிண்ணாக்கு கரைசல் (அ) புங்கம் இலைக் கரைசல்
	புகையான்	புங்க எண்ணெய்க் கரைசல்
மக்காச்சோளம்	படைப்புழு	புங்கம் இலைக் கரைசல் (அ) புங்கம் விதைக் கரைசல் (அ) புங்கம் பிண்ணாக்குக் கரைசல்
பயறு வகைகள்	படைப்புழு	புங்கம் இலைக் கரைசல் (அ) புங்கம் விதைக் கரைசல் (அ) புங்கம் பிண்ணாக்குக் கரைசல்
	வண்டு	புங்கம் இலைப் பொடி.

பயிர்	பூச்சிகள்	பயன்படும் கரைசல்
பருத்தி	வெள்ளை ஈ	புங்க எண்ணெய்க் கரைசல் (அ) புங்கனுடன் இதர கரைசல்
	வேர்புழு	புங்க எண்ணெய்க் கரைசல் (அ) புங்கம் பிண்ணாக்குக் கரைசல்.
சூரியகாந்தி	வெள்ளை ஈ	புங்க எண்ணெய்க் கரைசல் (அ) புங்கனுடன் இதர கரைசல்
கரும்பு	வேர்ப்புழு	புங்கம் பிண்ணாக்குக் கரைசல் (அ) புங்கம் எண்ணெய் கரைசல்
அனைத்து பயிர்களுக்கும்	மண்ணிலுள்ள பாக்டீரியா, பூஞ்சாண நோய்கள்	புங்கம் பிண்ணாக்கை உரமாக இடலாம்.

புங்கம் புண்ணாக்கு உரம்

தழைச் சத்து (N) : 4.2%

மணிச் சத்து (P) : 0.9%

சாம்பல் சத்து (K) : 2.0%

துளசி

இலைக் கரைசல்

அளவு: 1 லிட்டர் தண்ணீர் + 100 கிராம் துளசி இலை + காதி பார் சோப்பு கரைசல் 4 மில்லி.

செய்முறை: ஒரு லிட்டர் தண்ணீருக்கு துளசி இலையை நன்கு இடித்து இரவு முழுவதும் ஊறவைத்து மறுநாள் காலை பிழிந்து வடித்து அத்துடன் காதி பார் சோப்புக் கரைசலை கலந்து தெளிக்க வேண்டும்.

கட்டுப்படுத்தப்படும் பூச்சிகள்

பயிர்	பூச்சிகள்	பயன்படுத்தப்படும் கரைசல்
நெல்	சிகப்பு சிலந்தி பூச்சி	இலைக் கரைசல்
கரும்பு	சிகப்பு சிலந்தி பூச்சி	இலைக் கரைசல்
எலுமிச்சை	சிகப்பு சிலந்தி பூச்சி	இலைக் கரைசல்
காய்கறி	சிகப்பு சிலந்தி பூச்சி	இலைக் கரைசல்
பருத்தி	சிகப்பு சிலந்தி பூச்சி	இலைக் கரைசல்

களைகளை கட்டுப்படுத்துவதில் துளசி

களைகளைக் கட்டுப்படுத்த முடியாத நிலங்களில் ஒரு முறை துளசியைப் பயிரிட்டால் எந்த களைக் கொல்லியாலும் அழிக்க முடியாத களையைக் கூட அழிக்க முடியும்.

கற்றாழை

கற்றாழை, நொச்சி கரைசல்

அளவு : 1 லிட்டர் தண்ணீர் + கற்றாழை இலையில் பிழிந்த சாறு 40 மில்லி + 100 கிராம் நொச்சி இலை கசாயம் + காதி பார் சோப்பு கரைசல் 4 மில்லி.

செய்முறை : ஒரு லிட்டர் தண்ணீருக்கு, கற்றாழை இலையின் தோலை நீக்கினால் உள்ளே இருக்கும் வெள்ளைப் பகுதியை பிழிந்தால் கிடைக்கும் சாற்றுடன் நொச்சி இலையை கொதிக்க வைத்து ஆற வைத்து, வடித்து எடுத்து கரைசலுடன் கலந்து பின் காதி பார் சோப்புக் கரைசலுடன் சேர்த்து தெளிக்க வேண்டும்.

கற்றாழை, கவர்ச்சி இனப் பொறியாக

1 கிலோ ஆமணக்குப் புண்ணாக்குடன் 500 மில்லி கற்றாழை இலைச் சாற்றை சேர்த்தால் பூச்சிகளை அதிக அளவு கவரலாம்.

கட்டுப்படுத்தப்படும் பூச்சிகள்

பயிர்	பூச்சிகள் கரைசல்	பயன்படுத்தப்படும்
பருத்தி	காய்த் துளைப்பான் இளம்சிவப்பு	கற்றாழை, புங்கக் கரைசல் அல்லது கற்றாழை உணவுப் பொறி அல்லது கற்றாழை, நொச்சிகரைசல்
காய்கறி	காய்த்துளைப்பான்	கற்றாழை, புங்கக் கரைசல் அல்லது கற்றாழை உணவு பொறி

சீத்தாப்பழம்:

இலை கசாயம்:

அளவு: 1 லிட்டர் தண்ணீர் + 50 கிராம் சீத்தாப்பழ மர இலை கசாயம் + காதி பார் சோப்பு கரைசல் 4 மில்லி.

செய்முறை: ஒரு லிட்டர் தண்ணீருக்கு, சீத்தாப்பழ இலையை நன்கு வேகவைத்து சாறு எடுத்து வடிகட்டி அத்துடன் காதி பார் சோப்புக் கரைசல் 4 மில்லி கலந்து தெளிக்க வேண்டும்.

சீத்தாப்பழம், எருக்கு, புகையிலை கரைசல்:

அளவு: 1 லிட்டர் தண்ணீர் + 8 கிராம் சீத்தாப்பழ விதை சகாயம் + எருக்கு இலை கரைசல் 5 மில்லி + 8 கிராம் புகையிலை கசாயம் + சாண எரிவாயு கலவை 4 மில்லி + மயில்துத்தம் பவுடர் 1.5 கிராம்.

செய்முறை: ஒரு லிட்டர் தண்ணீருக்கு சீத்தாப் பழ விதையை ஊறவைத்து கொதிக்க வைத்து சாறு எடுத்து எருக்கு இலையை இடித்து ஊற வைத்து, சாறு எடுத்து, புகையிலையைக் கொதிக்க வைத்து கசாயம் எடுத்து அத்துடன் சாண எரிவாயுக் கலவையையும் மயில் துத்த பவுடரையும் சேர்த்து கலக்கி தெளிக்க வேண்டும்.

சீத்தாப்பழம், மிளகாய், வேம்பு கரைசல்:

அளவு: 1 லிட்டர் தண்ணீர் + 30 கிராம் சீத்தாப் பழ இலை கசாயம் + 15 கிராம் காய்ந்த மிளகாய் அரைத்த கரைசல் + 15 கிராம் வேப்பம் பழ கரைசல் + காதி பார் சோப்பு கரைசல் 4 மில்லி.

செய்முறை: 1 லிட்டர் தண்ணீருக்கு சீத்தாப் பழ இலையை வேகவைத்து கசாயம் எடுத்துக்கொண்டு காய்ந்த மிளகாயை ஓர் இரவு ஊற வைத்து அரைத்துப் பிழிந்த கரைசல், வேப்பம் பழத்தை ஊறவைத்து பிழிந்த கரைசல் ஆகியவற்றினை ஒன்று சேர்த்து கலக்கி அத்துடன் காதி பார் சோப்புக் கரைசலையும் சேர்த்து தெளிக்க வேண்டும்.

கட்டுப்படுத்தப்படும் பூச்சிகள்:

பயிர்	பூச்சிகள்	பயன்படுத்தப்படும் கரைசல்
காய்கறிகள்	அசுவினி	சீத்தாப்பழ இலை கசாயம் (அ) எருக்கு புகையிலை கரைசல்
எலுமிச்சை	அசுவினி	சீத்தாப்பழ இலை கசாயம் (அ) சீத்தாப்பழம், எருக்கு, புகையிலை கரைசல்
நெல்	பச்சை தத்துப்பூச்சி	சீத்தாப்பழ இலை கசாயம் (அ) சீத்தாப் பழம், மிளகாய், வேம்பு கரைசல்
	புகையான்	சீத்தாப்பழ இலை கசாயம் (அ) சீத்தாப்பழம், மிளகாய், வேம்பு கரைசல்.
பருத்தி	சிவப்புப் பூச்சி	சீத்தாப்பழ இலை கசாயம் (அ) சீத்தாப் பழம் மிளகாய், வேம்பு கரைசல் (அ) சீத்தாப் பழம் எருக்கு, புகையிலை கரைசல்.
பயறுவகை	விதை சேமிப்பில் வண்டுகளை கட்டுப்படுத்த	1 கிலோ விதைக்கு 50 கிராம் சீத்தாப் பழ விதைத்தூள் கலந்துவைக்கும் போது நீண்ட நாள் வண்டு தாக்கு தலிலிருந்து பாதுகாக்கலாம்.

நொச்சி:

இலை கசாயம்:

அளவு: 1 லிட்டர் தண்ணீர் + 100 கிராம் நொச்சி இலை + காதி பார் சோப்புக் கரைசல் 4 மில்லி.

செய்முறை : ஒரு லிட்டர் தண்ணீருக்கு நொச்சி இலையை இரவு ஊறவைத்து கொதிக்க வைத்து பின் ஆற வைத்து சாறு எடுக்கவேண்டும். இதனை காதி பார் சோப்புக் கரைசலுடன் சேர்த்து தெளிக்க வேண்டும்.

நொச்சி, புங்கம், காட்டாமணக்கு, எருக்கு கரைசல் :

அளவு : 20 லிட்டர் தண்ணீர் + நொச்சி இலை பொடி 7 கிலோ புங்கம் இலை பொடி 7 கிலோ + நெய்வேலி காட்டாமணக்கு இலைப்பொடி 7 கிலோ எருக்கு இலைப் பொடி 4 கிலோ கலந்த கசாயம்.

செய்முறை : 20 லிட்டர் தண்ணீருக்கு, நொச்சி இலையை காயவைத்து, இடித்து எருக்கு இலையையும் பொடி செய்து கொள்ளவேண்டும்.

இந்த நான்கு பொடியையும் ஒன்றாகக் கலந்து நீரில் நன்கு கொதிக்கவைத்து பின் ஆற வைத்துக் கொள்ளவேண்டும். இந்தக் கசாயம் 20 லிட்டர் வருமாறு தயாரித்து ஒரு லிட்டர் கசாயத்துடன் 10 லிட்டர் தண்ணீர் கலந்து தெளிக்க வேண்டும்.

கட்டுப்படுத்தப்படும் பூச்சிகள் :

பயிர்	பூச்சிகள்	பயன்படுத்தப்படும் கரைசல்
ரோஜா, ஆமணக்கு	ஆமணக்குப்புழு	நொச்சி, கற்றாழைக் கரைசல் (அ) நொச்சி, புங்கம் காட்டா மணக்கு, எருக்குகரைசல்
நெல், மக்காச் சோளம், கரும்பு	தண்டு துளைப்பான்	நொச்சி இலை கசாயம்.

வசம்பு:

வசம்பு தண்டு கிழங்கு பொடி கரைசல்:

அளவு: 1 லிட்டர் தண்ணீர் + 120 கிராம் வசம்பு கிழங்கு பொடி + காதி பார் சோப்புக் கரைசல் 4 மில்லி.

செய்முறை: ஒரு லிட்டர் தண்ணீருக்கு, வசம்பு தண்டு கிழங்கினை காயவைத்து பொடி செய்து இந்தப் பொடியை இரவு முழுவதும் நீரில் ஊறவைத்து அத்துடன் காதி சோப்புக் கரைசலினை கலந்து தெளிக்க வேண்டும்.

வசம்பு, கோமியம் விதை நேர்த்தி கரைசல்:

அளவு: 1 லிட்டர் கொதிக்க வைத்து ஆறிய தண்ணீருடன் கோமியத்தினையும் வசம்புப் பொடியினையும் நன்கு கலக்க வேண்டும். இந்தக் கரைசலில் விதையினை 15 நிமிடம் ஊறவைத்து மிதக்கும் பொக்கு விதைகளை அகற்றிவிட்டு, பின்பு நிலத்தில் விதைக்க வேண்டும்.

கட்டுப்படுத்தப்படும் பூச்சிகள்:

பயிர்	பூச்சிகள்	பயன்படுத்தப்படும் கரைசல்
காய்கறிகள்	அசுவினி கரைசல்	வசம்புத் தண்டு கிழங்குப் பொடி
எலுமிச்சை	அசுவினி	வசம்புத் தண்டு கிழங்குப் பொடி கரைசல்
நெல், மக்காச்சோளம் பயறு வகைகள்	படைப்புழு	வசம்புத் தண்டு கிழங்குப் பொடி கரைசல் (அ) வசம்பு கோமியம், விதை நேர்த்தி.

மஞ்சள்:

மஞ்சள் கிழங்கு கரைசல்:

அளவு: 1 லிட்டர் தண்ணீர் + 65 கிராம் மஞ்சள் கிழங்கு + 100 மில்லி கோமியம் + காதி பார் சோப்புக் கரைசல் 4 மில்லி.

செய்முறை: 1 லிட்டர் தண்ணீருக்கு, மஞ்சள் கிழங்கினை சிறுசிறு துண்டுகளை நறுக்கி கோமியத்தில் இரவு ஊற வைத்து பின் அரைத்து கரைசல் எடுத்து வடிகட்டி அத்துடன் காதி பார் சோப்புக் கரைசலை சேர்த்து தெளிக்க வேண்டும்.

கவர்ச்சி உணவுப் பொறி:

அளவு: 1 கிலோ அரிசி + 50 கிராம் மஞ்சள் பொடி

செய்முறை: அரிசியுடன் மஞ்சள் சேர்த்து வேகவைத்து சோறாக ஆக்கிக் கொள்ளவேண்டும். இந்தச் சோறு மஞ்சளாகக் காணப்படும். இதனை சிறுசிறு பாத்திரங்களில் வயல்களில் பல இடங்களில் வைக்கும்போது, பறவைகளை இச்சோறு கவர்கின்றது. இந்த மஞ்சள் சோற்றைச் சாப்பிட வரும் பறவைகள் சோற்றைச் சாப்பிட்டுவிட்டு பின் அருகிலுள்ள செடிகளில் உள்ள புழுக்களையும் சாப்பிடுகின்றன. இந்த உணவுப் பொறியை தானியம், பயறுவகைப் பயிர்களுக்குப் பூக்கும் பருவத்திற்கு முன்பு மட்டுமே பயன்படுத்தப்பட வேண்டும்.

கட்டுப்படுத்தப்படும் பூச்சிகள்:

பயிர்	பூச்சிகள் கரைசல்	பயன்படுத்தப்படும்
நெல், மக்காச் சோளம், கரும்பு, சிறு தானியங்கள்	தண்டு துளைப்பான்	கிழங்கு கரைசல் அல்லது கவர்ச்சி உணவு பொறி
காய்கறிகள் எலுமிச்சை பயறு வகைகள்	படைப்புழு	கிழங்கு கரைசல் அல்லது கவர்ச்சி உணவு பொறி

சேமிப்பு தானியங்கள்	வண்டு	1 கிலோ விதை + 40 கிராம் மஞ்சள் பொடி (அ) 1 லிட்டர் தண்ணீர் 200 கிராம் மஞ்சள் பொடி கரைத்து தானியங்களை புரட்டி உலர்த்தி சேமிக்கலாம்.
கொடி காய்கறி	சாம்பல் நோய்	மஞ்சள்: சாம்பல் 1:4 என்ற அளவில் கலந்து செடிகளின் மேல்தூவி கட்டுப்படுத்தலாம்.

இஞ்சி:

கிழங்கு கரைசல்:

அளவு: 1 லிட்டர் தண்ணீர் + 65 கிராம் இஞ்சிக் கிழங்கு + காதி பார் சோப்புக் கரைசல் 4 மில்லி.

செய்முறை: ஒரு லிட்டர் தண்ணீருக்கு இஞ்சி கிழங்கினை சிறுசிறு துண்டுகளாக நறுக்கி இரவு ஊறவைத்து பின் அரைத்து வடித்து சாறு எடுத்து அத்துடன் காதி பார் சோப்புக் கரைசலை சேர்த்து தெளிக்க வேண்டும்.

பூண்டு, மிளகாய், இஞ்சி கரைசல்:

அளவு: 1 லிட்டர் தண்ணீர் + 15 கிராம் பூண்டை மண்ணெண்ணெயில் ஊறவைத்து அரைத்த கரைசல் + 8 கிராம் இஞ்சி அரைத்த கரைசல் 8 கிராம் பச்சை மிளகாய் அரைத்த கரைசல் + காதி பார் சோப்பு கரைசல் 4 மிலி.

செய்முறை: 1 லிட்டர் தண்ணீருக்கு பூண்டு மண்ணெண்ணெயில் ஓர் இரவு ஊற வைத்து அரைத்த கரைசல், இஞ்சி, பச்சை மிளகாயைச் சிறுசிறு துண்டு களாக நறுக்கி அரைத்து வடிகட்டிய கரைசல் ஆகியவற்றினை ஒன்றுசேர்த்து அத்துடன் காதி சோப்புக் கரைசலை சேர்த்து தெளிக்க வேண்டும்.

இஞ்சி, இதரப் பொருள்கள், கோமியக் கரைசல் :

அளவு : 1 லிட்டர் தண்ணீர் + 8 கிராம் பூண்டு மண்ணெண்ணெயில் ஊற வைத்து அரைத்த கரைசல் + 4 கிராம் பச்சை மிளகாய், 4 கிராம் இஞ்சி அரைத்த கரைசல் + 8 மில்லி வேப்ப எண்ணெய் + 8 மில்லி புகையிலை கசாயம் + 100 மில்லி கோமியம் + 4 மில்லி காதிபார் சோப்பு கரைசல்.

செய்முறை: 1 லிட்டர் தண்ணீருக்கு, பூண்டை மண்ணெண்ணெயில் ஊற வைத்து அரைத்து, சாறு எடுத்து வைத்துக்கொண்டு பச்சைமிளகாய் இஞ்சியை அரைத்து கரைசலாக்கி வேப்ப எண்ணெய் சேர்த்து, புகையிலையை கொதிக்க வைத்து, ஆறவைத்து தயார் செய்த கசாயத்தையும் கலந்து அத்துடன் கோமி யம், காதி பார் சோப்புக் கரைசலையும் கலந்து தெளிக்கலாம்.

கட்டுப்படுத்தப்படும் பூச்சிகள்:

பயிர்	பூச்சிகள்	பயன்படுத்தப்படும் கரைசல்
பருத்தி மக்காச்சோளம் சூரியகாந்தி பயறு வகைகள் காய்கறிகள்	அமெரிக்கன் படைப்புழு	பூண்டு, மிளகாய், இஞ்சி கரைசல் (அ) இஞ்சி இதர தாவரப் பொருள்கள், கோமிய கரைசல்
கரும்பு	வேர்ப்புழு	இஞ்சி கிழங்கு கரைசல் (அ) இஞ்சி இதர தாவரப் பொருள்கள், கோமியக் கரைசலின் விதைக் கரும்பை நனைத்து நடுதல்
சேமிப்பு தானியங்கள்	வண்டு	1 கிலோ விதை + 15 கிராம் இஞ்சி பவுடர் + 50 கிராம் வேம்பு விதைத் தூள் கலந்து சேமித்து வைக்கலாம்.

நோய் கட்டுப்பாட்டில் இஞ்சி :

நெல்	செம்புள்ளி நோய்	இஞ்சி கிழங்கு கரைசல் (அ) இஞ்சி இதர தாவரப் பொருள் கோமியக்கரைசல்.
வெண்டை	இலை நரம்பு தேமல் நோய்	இஞ்சி கிழங்கு கரைசல்

காய்கறிப் பயிர்கள், பாக்கு, தென்னை ஆகியவற்றில் இஞ்சியை ஊடுபயிராகப் பயிரிட்டு பூச்சிகளை விரட்டியடிக்கலாம்.

பூண்டு:

பூண்டு கரைசல்:

அளவு: 1 லிட்டர் தண்ணீர் + 170 கிராம் பூண்டு 100 மில்லி மண்ணெண்ணெயில் ஊறவைத்து அரைத்த கரைசல் + 19 லிட்டர் தண்ணீர் காதி பார் சோப்புக் கரைசல் 80 மில்லி.

செய்முறை: 170 கிராம் பூண்டை மண்ணெண்ணெயில் இரவு ஊறவைத்து, அரைத்து, பிழிந்து அதனை 1 லிட்டர் கரைசலாக்கிக் கொள்ளவேண்டும். இதனை மேலும் 19 லிட்டர் தண்ணீர் சேர்த்து காதி பார் சோப்புக் கரைசல் சேர்த்து தெளிக்க வேண்டும்.

பூண்டு எண்ணெய் கரைசல்:

அளவு: 1 லிட்டர் தண்ணீர் + 50 மில்லி பூண்டு எண்ணெய் + காதி பார் சோப்பு கரைசல் 4 மில்லி.

செய்முறை: 1 லிட்டர் தண்ணீருக்கு பூண்டு எண்ணெய்யை கலந்து நன்றாகக் கலக்கி அத்துடன் காதிபார் சோப்புக் கரைசலையும் சேர்த்து கலக்கி தெளிக்க வேண்டும்.

பூண்டு, வேம்பு கசாய கரைசல்:

அளவு: 1 லிட்டர் தண்ணீர் + 16 கிராம் பூண்டு + 160 கிராம் வேப்பிலை 8 கிராம் வேப்ப மர வேர்கள் + 1 கிராம் வேப்ப மர விதை சேர்த்த கசாயம் + காதி பார் சோப்புக் கரைசல் 4 மில்லி.

செய்முறை: 1 லிட்டர் தண்ணீருக்கு பூண்டு, வேப்பிலை, வேப்பமர வேர்கள், வேப்பமர விதைகள் சேர்த்து இரவு ஊறவைத்து நன்கு கொதிக்க வைத்து பின் ஆறவைத்து வடிகட்டிய கசாயத்தினை எடுத்து அத்துடன் காதி பார் சோப்புக் கரைசலுடன் கலந்து தெளிக்க வேண்டும்.

பூண்டு, மிளகாய் கரைசல்:

அளவு : 1:1:400=பூண்டு:மிளகாய்: தண்ணீர் + காதி பார் சோப்புக் கரைசல் 4 மில்லி / லிட்டருக்கு

செய்முறை: பூண்டினை மண்ணெண்ணெயில் ஊற வைத்து அரைத்து கரைசலாக்கி மிளகாயை அரைத்து கரைசலாக்கி இரண்டினையும் கலந்து காதி பார் சோப்புக் கரைசலுடன் கலந்து தெளிக்க வேண்டும்.

பூண்டு, மிளகு கரைசல்:

அளவு: 1 லிட்டர் சுடு தண்ணீர் + அரை கரண்டி பூண்டு பொடி + அரை கரண்டி மிளகு தூள் + காதி பார் சோப்பு கரைசல் 4 மில்லி.

செய்முறை: அரைக் கரண்டி பூண்டினை சுத்தம் செய்து பொடியாக்கி அத்துடன் அரை கரண்டி மிளகுப் பொடியையும் சேர்த்து சுடு தண்ணீரில் நன்றாகக் கலந்து பின் ஆறவைத்து காதி பார் சோப்புக் கரைசலுடன் கலந்து தெளிக்க வேண்டும்.

கட்டுப்படுத்தப்படும் பூச்சிகள்:

பயிர்	பூச்சிகள்	பயன்படுத்தப்படும் கரைசல்
பருத்தி	காய்த் துளைப்பான்	பூண்டுக் கரைசல் (அ) பூண்டு எண்ணெய் கரைசல் (அ) பூண்டு வேம்பு கசாயம் (அ) பூண்டு மிளகு கரைசல்
	சிகப்புப் பூச்சி	பூண்டுக் கரைசல் (அ) பூண்டு மிளகாய் கரைசல் (அ) பூண்டு மிளகு கரைசல் (அ.) பூண்டு வேம்பு கரைசல்

பயிர்	பூச்சிகள்	பயன்படுத்தப்படும் கரைசல்
மக்காச்சோளம்	வேர்ப்புழு	பூண்டுக் கரைசல் (அ) பூண்டு எண்ணெய் கரைசல்
	வெள்ளை ஈ	பூண்டு மிளகாய் கரைசல் (அ) பூண்டு கரைசல்
	காய்த் துளைப்பான்	பூண்டுக் கரைசல் (அ) பூண்டு எண்ணெய் கரைசல் (அ) பூண்டு வேம்பு கரைசல் (அ) பூண்டு மிளகு கரைசல்
	படைப்புழு	பூண்டுக் கரைசல் (அ) பூண்டு மிளகாய் கரைசல் (அ) பூண்டு மிளகு கரைசல் (அ) பூண்டு வேம்பு கரைசல்
	சிகப்பு சிலந்தி	பூண்டு வேம்பு கரைசல் (அ) பூண்டு மிளகுக் கரைசல்
காய்கறிகள்	காய்த் துளைப்பான்	பூண்டு கரைசல் (அ) பூண்டு எண்ணெய் கரைசல் பூண்டு வேம்பு கரைசல் (அ) பூண்டு மிளகுக் கரைசல்
	அசுவினி	பூண்டு மிளகாய் கரைசல் (அ) பூண்டு எண்ணெய் கரைசல்
	சிவப்பு சிலந்தி	பூண்டு வேம்பு கரைசல் (அ) பூண்டு மிளகுக் கரைசல்
	இலைப்பேன்	பூண்டு கரைசல் (அ) பூண்டு மிளகாய் கரைசல் பூண்டு வேம்புக் கரைசல்
	வேர்ப்புழு	பூண்டு கரைசல் (அ) பூண்டு மிளகாய் கரைசல்
	வெள்ளை ஈ	பூண்டு கரைசல் (அ) பூண்டு மிளகாய் கரைசல்
பயறு வகைகள்	காய்த் துளைப்பான்	பூண்டு கரைசல் (அ) பூண்டு எண்ணெய் கரைசல் பூண்டு வேம்பு கரைசல் (அ) பூண்டு மிளகு கரைசல்

பயிர்	பூச்சிகள்	பயன்படுத்தப்படும் கரைசல்
	படைப்புழு	பூண்டு கரைசல் (அ) பூண்டு மிளகாய் கரைசல் பூண்டு மிளகு கரைசல் (அ) பூண்டு வேம்பு கரைசல்
நெல்	படைப்புழு	பூண்டு கரைசல் (அ) பூண்டு மிளகாய் கரைசல் பூண்டு மிளகு கரைசல் (அ) பூண்டு வேம்பு கரைசல்
கரும்பு	சிவப்பு சிலந்தி	பூண்டு வேம்பு கரைசல் (அ) பூண்டு மிளகாய் கரைசல்
	வேர்ப்புழு	பூண்டு கரைசல் (அ) பூண்டு எண்ணெய் கரைசல்
	குருத்துப் புழு	பூண்டு வேம்பு கரைசல் (அ) பூண்டு கரைசல்
உருளைக் கிழங்கு	அந்துப்பூச்சி	பூண்டு கரைசல் (அ) பூண்டு எண்ணெய் கரைசல்.

நோய் கட்டுப்பாட்டில் பூண்டு:

நெல்: கொள்ளை நோய் பூண்டு கரைசல் (அ) பூண்டு எண்ணெய் கரைசல் செம்புள்ளி நோய் பூண்டு கரைசல் (அ) பூண்டு எண்ணெய் கரைசல்.

சோளத்தில் ஊடு பயிராக வெள்ளைப் பூண்டு சாகுபடி செய்தால் சோளத்திற்கு வரும் குருத்துப்பூச்சியை விரட்டலாம். தக்காளி மற்றும் முட்டைக் கோஸில் வரும் வைரமுதுகுப் பூச்சியை விரட்டவும் ஊடு பயிராக வெள்ளைப் பூண்டு சாகுபடி செய்யலாம்.

வெங்காயம்:

வெங்காயக் கரைசல்:

அளவு: 20 லிட்டர் தண்ணீர் + 170 கிராம் வெங்காயத்தை 100 மில்லி மண்ணெண்ணெய்யில் ஊற வைத்து அரைத்த கரைசல் + 80 மில்லி காதி பார் சோப்புக் கரைசல்.

செய்முறை : 170 கிராம் வெங்காயத்தினை சிறுசிறு துண்டுகளாக நறுக்கி இரவு மண்ணெண்ணெயில் ஊறவைத்து அரைத்து அதனை 20 லிட்டரில் தண்ணீரில் கலக்கி காதி பார் சோப்புக் கரைசல் கலந்து தெளிக்க வேண்டும்.

கட்டுப்படுத்தப்படும் பூச்சிகள்:

பருத்தி - வேர்ப்புழு - வெங்காயக் கரைசல்
பயறு வகை - வண்டு - வெங்காயக் கரைசல்.

நோயைக் கட்டுப்படுத்துவது:

மிளகாய் - மொசைக் வைரஸ் - வெங்காய கரைசல்
புகையிலை - தேமல் நோய் - வெங்காய கரைசல்

தக்காளியில் வெங்காயத்தை ஊடுபயிராகச் சாகுபடி செய்வதன் மூலம் வெள்ளை ஈஐயும், உருளை கிழங்கு பயிரில் அசுவினியையும் கரும்பில் தோன்றும் இடைக்கணுப் புழுவையும் விரட்டலாம்.

ஊ. மூலிகைப் பூச்சி விரட்டி:

இயற்கை வழி வேளாண்மை என்பது அஹிம்சை வழி விவசாயம். கெடுதல், சேதம் விளைவிக்கின்ற பூச்சிகளே ஆனாலும் அதனை முற்றிலுமாக அழித்தொழிக்கக் கருதாது இயற்கைச் சமன்பாடு கெட்டுவிடாதவாறு பயிர்களை பூச்சிகளிடமிருந்து காப்பதே நமது நோக்கம் எனக் கொண்டு, பலவகை மூலிகைகளான பூச்சி விரட்டியை நாமே தயார் செய்யலாம். இதுவரை நாம் கண்டது தனித்தனி தாவரங்களின் பூச்சி விரட்டும் தன்மையும், பயன்படுத்துகின்ற முறையுமாகும்.

பூச்சிகளை விரட்டுவதற்கு இயற்கையாகவே சிலவகைக் கரைசல்கள் பயன்படுத்தப்படுகின்றது. இதன் தன்மை, குணத்தின் அடிப்படையில் ஐந்து வகையாகப் பிரிக்கலாம்.

1. ஆடு, மாடு, கால்நடைகள் உண்ணாத இலைதழைகள்
   உதாரணம் : ஆடுதொடா பாழை, நொச்சி
2. ஒடித்தால் பால் வரும் இலை தழைகள்
   உதாரணம் : எருக்கு, ஊமத்தை
3. கசப்பு சுவை கூடிய இலை தழைகள்
   உதாரணம் : வேம்பு, சோற்றுக் கற்றாழை போன்றவை
4. உவர்ப்பு சுவைமிக்க இலை தழைகள்
   உதாரணம் : காட்டாமணக்கு

உ. கசப்பு, உவர்ப்பு சுவை உடைய விதைகள் :
உதாரணம் : வேப்பங்கொட்டை, எட்டிக் கொட்டை

பொதுவாகப் புழுக்களும், பூச்சிகளும் மணத்தைக் கொண்டுதான் பயிர்களை கண்டறிகின்றன. இந்தப் பூச்சி விரட்டிகள் ஒருவிதமான ஒவ்வாத வாசனையை ஏற்படுத்துகின்றன. அதனால் பூச்சிகளும், புழுக்களும் பயிரைத் தின்றுவிட வருவதில்லை. சில உண்ணாமல் மடிகின்றன. சில தவறி தின்றுவிட்டு உணவு மண்டலம் பாதிக்கப்பட்டு இறக்கின்றன.

பொதுவான ஒரு மூலிகை பூச்சி விரட்டியை இரண்டு முறையில் செய்யலாம்:

அளவு:

சோற்றுக் கற்றாழை அல்லது பிரண்டை	- 2 கிலோ
எருக்கு அல்லது ஊமத்தை	- 2 கிலோ
நொச்சி (அ) பீச்சங்கு (அ) சீத்தா இலை	- 2 கிலோ
வேம்பு (அ) புங்கன் விதை	- 2 கிலோ
உண்ணி (அ) காட்டாமணக்கு (அ) ஆடாதொடா	- 2 கிலோ

ஊறல் முறையில் தயாரிக்க:

இலைகளையும், விதைகளையும் 2 கிலோ வீதம் எடுத்து, துண்டு செய்து இடித்து இலை மூழ்கும் அளவிற்கு 12 லிட்டர் பசு மாட்டுக் கோமியம், 3 லிட்டர் பசுஞ்சாணக் கரைசல் சேர்த்த 7 முதல் 15 நாள்களுக்கு ஊறவிட வேண்டும். இலைகள் கரைந்து கூழாகிவிடும். இவற்றை நன்கு வடிகட்டி 1 லிட்டருக்கு 10 லிட்டர் தண்ணீர் கலந்து பயிர்களுக்குத் தெளிக்கலாம்.

அவசர அவித்தல் முறை :

விரைவாகத் தயார் செய்து பயன்படுத்த வேண்டிய நிலையில் இருப்பவர்கள் மேற்சொன்ன 5 வகை இலை, விதைகளை துண்டாகச் செய்து இடித்து 15 லிட்டர் நீர் ஊற்றி 2 முதல் 3 மணி நேரம் சீரான நெருப்பில் வேக விடவேண்டும். வெந்த பின்பு சாறை வடித்து ஆறியபின் 1 கிலோ மஞ்சள் தூள் சேர்த்து 12 மணி நேரம் ஊறவிட்டு நன்கு வடித்து எடுத்து மேலும் 100 லிட்டர் தண்ணீரைச் சேர்த்து தெளிக்கலாம்.

விஞ்ஞானத்தின் வளர்ச்சியினைப் பயன்படுத்திக் கொள்வதாக நினைத்து, பயிருக்குச் செயற்கை நஞ்சைத் தெளித்து நஞ்சேற்றிய உணவுப் பொருளை நாமும் கால்நடைகளும் உணவாக உட்கொள்வதால், எஞ்சிய நஞ்சின் தாக்கம் வேளாண் சுற்றுச் சூழலைப் பாதித்து விவசாயப் பொருளாதாரம் வீழ்ச்சியடைந்தது. எளிய வழி இயற்கைப் பயிர் பாதுகாப்பு நடைமுறைகளை கடைப்பிடித்தால் வெற்றியின் எல்லை தொட்டுவிடும் தூரம்தான்.

7. பூமியின் குடல்கள்

தங்க கலப்ப கொண்டு எங்க தருமதுர போகையிலே
காடுமேடு உழுதுவர எங்க தங்கமகன் தானுங்க
பொன்னு கலப்ப கொண்டு ஒங்கய்யா புழுதி உழபோகயிலே
அங்க புழுதி உழுது வாரயில அங்கு பொன்னுமகன் தூங்கயல

- நாட்டுப்புற பாடல்.

சுமார் 100 சதுர மீட்டர். 25 சென்ட் நிலத்தில் 25 கிலோ அளவு பாக்டீரியா, காளான், பாசி உயிரிகள் மண்டியுள்ளன. இது தவிர, 10 கிலோ அளவிற்கு நூற்புழுக்களும், புரோட்டாசோவா உயிரும் உள்ளன. இரண்டரை சென்ட் நிலத்தில் மொத்தம் 35 கிலோ எடையுள்ள நுண் உயிர்கள் இருப்பது ஆச்சரியம்தான். பொதுவாக இந்த நுண்ணுயிர்களின் வாழ்நாள் ஒரு மாதம் தான். பின்னர் இறந்துவிடுகின்றன. ஒரு ஏக்கரில் ஒரு வருடத்தில் இறக்கும் நுண்ணுயிர்களின் எடை எவ்வளவு தெரியுமா? சுமார் 17 மெட்ரிக் டன்கள்.

நிலத்தைப் பயிர் செய்யாமல் தரிசாக விட்டுவிடுவோமேனில், 17 மெட்ரிக் டன் உரம் மண்ணுக்குக் கிடைக்கின்றது என்று அர்த்தம். அதனால்தான் நீண்ட நாட்களாக தரிசாகக் கிடந்த நிலத்தில் திடீரென உழவுசெய்து பயிர்செய்தால், விளைச்சல் வழக்கத்தைவிட அதிகமாக வருகின்றது. அதனால்தான் மகாராஷ்டிராவின் சில பகுதியில் நிலத்தின் தரம் குறைந்துவிட்டால் ஒரு வருடம் விவசாயம் செய்யாமல் தரிசாக விட்டு விடுகின்றனர். இவ்வாறு நிலத்தைத் தரிசாகப் போடுவதால், நிலத்தின் தரமும், பயிர் விளைச்சலும் கூடுகின்றது என்பது அனுபவ உண்மை மட்டுமல்ல, அறிவியல் உண்மையும்கூட.

வெறும் மண்ணிலே 17 டன் அங்ககக் கழிவு கிடைக்கும்போது, அந்த நிலத்திற்கு மக்கிய சருகு, குப்பை, சாணம் போன்றவை இடும்போது, நுண்ணுயிர்ப் பெருக்கம் பலமடங்கு அதிகமாகும் என்பது உறுதி. நுண்ணுயிர்களை நாம் கண்ணால் காண இயல்வதில்லை. ஆனால் பூமியின் குடல்கள் என அரிஸ்டாட்டிலால் கூறப்பட்ட மண்புழுக்கள், நம் கண்ணுக்கு முன்னே புரியும் ஆச்சரியங்கள் ஏராளம்.

மண்புழுவைக் கண்ணால் பார்க்க முடியும். அவை ஓடியாடி உழைத்து, நம் நிலத்தின் வளத்தைப் பெருக்குவதை வெளிப்படையாகவே பார்க்க முடியும். தவிர, மற்ற நுண்ணுயிர் பெருக்கத்தைக் காட்டிலும் மண்புழுவை வளர்த்து உரம் தயார் செய்வது எளிதானது. இதனை சிரமமின்றி கடைப்பிடிக்க இயலும்.

மண்புழு உழவனின் நண்பன். ஆரம்பப் பள்ளியில் நாம் எல்லோரும் படித்த பாடம்தான். ஆனால் உண்மை என்னவென்றால் மண்புழுதான் நிலத்தின் உழவன். நாம் அதற்கு நண்பனாக இருக்கக் கற்றுக் கொள்ளவேண்டும். மேல் படிப்பு படிக்கும் உயிரியியல் மாணவர்களுக்கு மண்புழு சோதனைக்கூடத் திற்கான ஓர் உயிரினம், மீன் பிடிக்க தூண்டில் போடுபவர்களுக்கு முள்ளில் மாட்ட அது ஒரு தூண்டில் புழு. சராசரி மனிதனுக்கு இது இன்னுமொரு உயிரினம். ஆனால் வேளாண்மை செய்பவர்களுக்கு இது வளத்தின் ஆதாரம்.

மண்புழுவிற்கு நண்பனாக இருக்க என்ன செய்ய வேண்டும் என்பதினைவிட, என்னவெல்லாம் செய்யக்கூடாது என்பதே மிகவும் முக்கியம். பூமித் தாயின் முகத்தில் பூச்சிக்கொல்லி நஞ்சுகளையும், வேதி உப்பு உரங்களையும் தெளித்தும் கொட்டியும் உயிரினங்களை வாழவிடாமல் கொன்றுவிட்டோம். இவற்றை இனி தவிர்த்தால் மட்டும் போதாது. மீண்டும் தாவர, கால்நடைக் கழிவுகளை நிலத்திற்கு சேர்த்துக் கொண்டே இருக்கவேண்டும். மண் புழுக்கள் அழிந்ததினால் மழைநீர் மண்ணுக்குள் செல்வது தடைபட்டது. மண்ணின் காற்றோட்டமும் பாதிக்கப்பட்டது. நாம் தொடர்ந்து ரசாயன உரத்தைப் பயன்படுத்தினால் நிலம் பாதிப்பதோடு, சுற்றுச்சூழல் மாசுபட்டு மனித சமுதாயத்தினர்களுக்கு பலநோய்கள் ஏற்பட வழியாகின்றது.

'உலக வரலாற்றில், மண்புழுக்கள் ஆற்றியது போன்றதொரு முக்கியப் பங்கினைப் பிற விலங்குகள் ஆற்றியனவா என்பது சந்தேகத்திற்குரியதே.' மனிதனின் பரிணாம வளர்ச்சியைக் கண்டறிந்து சொன்ன சார்லஸ் டார்வினின் கருத்து இது. மண்ணில் நடைபெறக்கூடிய செயல்களைக் கட்டுப் படுத்துவதில் கண்களுக்குப் புலப்படக்கூடிய, முதுகெலும்பற்ற உயிரினங் களுக்குப் பெரும்பங்கு உள்ளது. இவற்றில் கறையான்களும், மண் புழுக்களும் மண்வளத்தை பராமரிப்பதிலும், மண்ணில் ஊட்டச்சத்துக்களின் சுழற்சியை உண்டாக்குவதிலும் இன்றியமையாத பங்கினை ஆற்றுகின்றன.

உலகில் வாழுகின்ற கோடிக்கணக்கான மண்புழுக்கள், உயிரியல் அடிப் படையில் பிரிக்கப்பட்டுள்ளன. மானிலிகே ஸ்ட்ரிடே (Moniligastridae), மெகாஸ்கோலிஸிடே (Megascolicidae), யூட்ரிலிடே (Eudrilidae), கிளோஸ்கோலிஸிடே (Glossoscolecidae), லும்பிரிஸிடே (Lumbricidae) என ஐந்து பெருங்குடும்பங்களாக மண்புழுக்கள் பகுக்கப்பட்டுள்ளன. பொதுவாக மண்புழுக்கள் மட்குண்ணிகள் (Saprophages) என வகைப்படுத்தப் பட்டுள்ளன. உண்ணும் பழக்கத்தின் அடிப்படையில் அவை கழிவுண்ணிகள் (detritioores) மற்றும் மண் உண்ணிகள் (Geophages) என்றும் பிரிக்கப் பட்டுள்ளன. கழிவுண்ணிகள் எனப்படுபவை மண்ணின் மேல்பரப்பிலோ அல்லது அதனடியிலோ உணவு உண்ணக்கூடியவை. அங்ககக் கழிவுகள் நிறைந்த மேல் மண்ணில் காணப்படும் தாவரக்குப்பை, இறந்த வேர்கள் போன்றவற்றையோ, கால்நடைகளின் கழிவுகளையோ இவை முக்கியமாக உண்கின்றன. இப்புழுக்களை மட்கு உரம் உருவாக்கிகள் (humus formers) எனக் கூறுகின்றோம். மண்ணுண்ணிகள் எனப்படுபவை அடிமண்ணில்

வாழ்பவை. அங்ககச் செழிப்பு மிக்க மண்ணை இவை பெருமளவு உட்கொள்கின்றன.

மண்புழுக்களின் சூழலியல் பண்புகளைப் பொறுத்து, 'ஃபூச்சே' அவற்றை மூன்று வகையாகப் பிரித்துள்ளனர். 1. மேற்பரப்பில் வாழ்பவை - எப்பிஜியிக் (Epigeics) 2. நடுப்பகுதியில் வாழ்பவை - அனிசிக் 3. கீழ்ப்பகுதியில் வாழ்பவை - என்டோஜீயிக் (Endogeios).

முதல் வகை : நிலத்தின் மேற்பரப்பிலேயே, அதாவது ஒரு அடிக்குள் வாழும் மண்புழுக்கள் வேகமாக ஊர்ந்து செல்லும் ஆற்றல் உடையவை. இந்த வகைப் புழுக்கள் இலைக் கழிவுகளையும், இதர அங்ககக் கழிவுகளையும் உரமாக மாற்றும் பண்புடையது. இவ்வகை புழுக்கள் மண்புழு கழிவுஉரம் தயாரிக்க ஏற்றவையாகும்.

உதாரணங்கள் :

உள்நாட்டினம் : 1. பெரியோனிக்ஸ் எக்ஸ்கவேட்டர்ஸ் (Periyanx excavatus)
2. டிராவிடா வில்கி

வெளிநாட்டினம் : 1. இயூடிரில்லஸ் யூஜீனியா (Eudrilus euginiae)
2. ஐசீனியாஃபிடிடா (Eisenia foetida)

இரண்டாம் வகை : நடுப்பகுதியில் வாழும் மண்புழுக்கள் நிலத்தில் ஒரு அடி முதல் இரண்டு அடி ஆழத்தில் வாழ்கின்றன. மண்ணில் உள்ள அனைத்து அங்ககப் பொருட்களையும் உட்கொள்வதற்கு மண்ணின் அமைப்பையும் மாற்றக்கூடியவையாக இருக்கின்றன. இந்தவகை மண்ணில் மேலும் கீழும் நகர்வதால் மண்ணில் காற்றோட்ட வசதி ஏற்படுத்தப்படுகிறது.

உதாரணம் :

உள்நாட்டினம் : 1. லம்பிட்டோ மௌரிட்டோ (Lampits Mourito)
2. பாலிஃபெரெட்டிமா இலாங்கேட்டா

மூன்றாம் வகை : நிலத்தின் 6 அடி ஆழத்தில் வாழும் தன்மையுடையது. இதன் கழிவுகளை மண்ணின் மேற்பரப்புக்குத் தள்ளுகின்றன. இந்த மண்புழு மேலும் கீழும் நகர்வதால் மண்ணில் சுரங்கப்பாதை அமைக்கப்படுகிறது. இது மண்ணில் காற்றோட்ட வசதியும், தண்ணீர் வடிவதற்கு வசதியும் ஏற்படுத்துகிறது. வேர்களுக்கு சூரிய வெப்பமும் கிடைத்திட செய்கிறது.

உதாரணம் : அக்டோகீட்டோனா தர்ஸ்டோனி (Octocheatona thurstoni)
மெட்டாஃபையர் போஸ்துமா (Metaphire posthuma)

மண்ணைக் காலால் மிதிப்பதனால் மண்ணின் இயற்பியல் மற்றும் வேதியியல் தன்மையில் மாற்றத்தை ஏற்படுத்துகின்றன. மேலும், இது தாவரங்களின் வகை. அவற்றின் செழிப்பு போன்றவற்றினாலும் மாற்றங்கள் விளைவிக்கின்றது. மண்ணின் இயற்பியல் குணங்கள் மண்ணில் நடைபெறும் பல உயிரியியல் செயல்பாடுகள் மீது தாக்கம் செலுத்துகின்றன. மண்ணில்

காணப்படும் நீர், வாயு மற்றும் வெப்பம் ஆகியவற்றின் பரிமாற்றம், மண்ணிலுள்ள மண்புழு துவாரங்களின் வடிவமைப்பின் மூலம் சீரமைக்கப் படுகின்றது.

மண்புழுக்கள் மண்ணின் வேதியியல் தன்மையிலும் விளைவுகளை ஏற்படுத்துகின்றன. அவை அங்ககப் பொருள்களையும், மேற்பரப்புக் குப்பையையும் அதிகமாக உட்கொள்ளுவதால், தாவர ஊட்டச்சத்துக்களின் விநியோகம், இடமாற்றம் போன்றவற்றிற்கும் காரணிகளாகின்றது. அங்ககப் பொருள்கள் மண்ணின் மேற்பரப்பிலிருந்து கீழே செல்வதை மண்புழுக்கள் ஊக்குவிக்கின்றன. இந்த நடவடிக்கையின்போது, அங்ககப் பொருட்கள் மண்புழுவினால் விழுங்கப்பட்டு துகள்களாக்கப்பட்ட பின்பு வெளியேற்றப்படுகின்றன. தமது உடலிலிருந்து வெளியாகும் நைட்ரஜன் கழிவுகள் மூலம், ஊட்டச்சத்துக்களை மண்புழுக்கள் வழங்குகின்றன.

மண்புழுக்கள் ஒரே புழுவில் ஆணும் பெண்ணுமாய் திகழும் அர்த்த நாரீஸ்வர 'ஈரின' உயிரியாகும். ஒரு கோடி மண்புழுக்கள் 3 முதல் 6 மாத காலத்திற்குள் 'கக்கூன்' எனப்படும் முட்டைகள் சுமார் 100 வரை இடுகின்றன. கூட்டுப்புழு, அதாவது கக்கூன் கொத்துமல்லி விதை வடிவத்தில் இருபுறமும் முள்போன்று நீண்டு இருக்கும். புதியதாக இடப்பட்ட கக்கூன், முதலில் வெள்ளை நிறத்திலும் வளர்ச்சி ஆக ஆக கறுப்பு நிறத்திலுமிருக்கும். இரண்டு அல்லது மூன்று வாரத்தில் இளம் புழுக்கள் வெளிவரும். ஒரு முட்டை யிலிருந்து 3 முதல் 4 இளம் புழுக்கள் வெளிவரும். இவை 6 வாரத்தில் இனப் பெருக்கம் அடையும் நிலைக்கு வளர்ச்சி அடைகின்றது. இந்த நிலையில் கிளைட்டெல்லம் என்ற புதிய வளர்ச்சி, மண்புழுக்களின் உடலில் தோன்றும். மண்புழுக்களின் சராசரி ஆயுட்காலம் ஒரு வருடம்.

மண்புழு மிகவும் மென்மையானது. பாதுகாப்பு உறுப்பு இல்லை. உடல்பகுதி சிறுசிறு கண்டங்களாக அமைந்துள்ளது. மண்புழுக்களுக்கு எலும்பு மற்றும் கண்கள் இல்லை. ஆனால் உடலின் முன்பகுதியில் இரண்டு ஒளி அறியும் புலன்கள் உள்ளது. இது ஒளி குறைவான பகுதிக்கும் செல்ல உதவுகிறது. உடலின் பின் முனையிலுள்ள கண்டத்தில் மலத்துளை காணப்படுகிறது.

மண்புழுவின் உடல் நெடுகிலும் வரிப்பள்ளங்கள் காணப்படுகின்றன. உடலைச்சுற்றி வளையங்களாக அமைந்துள்ள இவ்வரிப்பள்ளங்கள், புழுவின் உடலைப் பல கண்டங்களாகப் பிரிக்கின்றன. இதுபோன்ற கண்ட அமைப்பு, மண்புழுக்களை உள்ளடக்கிய வளைத்தசைப் புழுக்களின் வகையில் சேர்க் கின்றன. கண்டங்களின் எண்ணிக்கை ஒவ்வொரு சிற்றினத்திற்கும் வேறுபடுகிறது. ஒரே புழுவிலும்கூட கண்டங்களின் அகலம் வேறுபடுகிறது. முன்புறமுள்ள கண்டங்கள் பொதுவாக மற்றவற்றைவிட அதிகமாக உள்ளன.

வளர்ந்த புழுக்களின் முன்பகுதியில் ஒரு சில கண்டங்கள் சுரப்பிகளால் சற்றுத் தடித்த தோலுடன் கொஞ்சம் வீங்கியதுபோல காணப்படும். இப்பகுதிக்குப்

புணர் வளைத் தடிப்பு (Clitellum) என்று பெயர். இப்பகுதியில் கண்டங்களின் பிரிவு தெளிவாக இருப்பதில்லை. மேலும், இப்பகுதியில் சீட்டா எனப்படும் முள்முடிகள் காணப்படுவதில்லை.

மண்புழுவின் நிறம் பொதுவாக, பழுப்பு-கறுமையிலிருந்து ஊதா வரை பல நிறங்களில் காணப்படுகிறது. மண்புழுவின் உடல் முழுவதும் சீட்டா எனப்படும் முள்முடிகள் காணப்படுகின்றன. கைட்டின் எனக் கடினமான பொருளிலான இவற்றுக்கு உடல்முள் முடிகள் என்று பெயர்.

தசைகள் சுருங்கி விரிவதன் மூலம் புழு நகர்கிறது. நீர்மச்சட்டம் என்றழைக்கப் படும் உடற்குழி திரவத்தின் செயலும் நகர்தலுக்கு உதவுகிறது. நகர்தலின் போது, முதல்வளையைத் திசுக்கள் சுருங்கி புழுவின் உடலை நீளமாக்கு கின்றன. இதனை தொடர்ந்து நீள் திசுக்கள் சுருங்கி உடலை குறுகச் செய் கின்றன. புழுவின் முன்பகுதி மண்ணில் நன்றாக ஊன்றிக் கொண்டபின், பின்பகுதி முன்னோக்கி இழுக்கப்படுகிறது. நகர்தலின்போது மண்ணில் புழு உறுதியாக ஊன்றிக் கொள்வதற்கு முள்முடிகள் எனும் சீட்டா பெரிதும் உதவுகிறது.

மண்புழுக்களின் சுவாசத்திற்கென சிறப்பு உறுப்புகள் ஏதுமில்லை. உடலின் மேற்பரப்பு வழியாகச் சுவாசம் நடைபெறுகிறது. தோலின் மேல் பாகத்தில் காணப்படும். அபரிமிதமான இரத்த நுண்நாளங்கள், வாயுக்களின் ஊடுருவலுக்கு உதவுகின்றன. பிராணவாயு தோலின் வழியாக ரத்தத்தில் கலக்கிறது. கரியமிலவாயு ரத்தத்திலிருந்து தோலின் வழியே வெளியே செல்கிறது.

மண்புழு, தான் இழந்துவிட்ட கண்டங்களை மறுபடியும் வளர்த்துக் கொள்ளும் ஆற்றலுடையது. இந்தச் செயல் முன்புறத்தைக் காட்டிலும் பின்புறத்தில் விரைவாக நடைபெறுகிறது. ஒரு புழு இரண்டாக வெட்டப் படும்போது, வெட்டப்பட்ட முன்பகுதி வாலை வளர்த்துக் கொள்கிறது. ஆனால் பின்பகுதி தலையை வளர்த்துக் கொள்ள முடிவதில்லை. புழுவை அதன் நீள்வாக்கில் வெட்டும்போது, அது மீண்டும் ஒன்று சேர முடியாமல் இறந்துவிடுகிறது.

இந்தியாவில் 350-க்கும் மேலான மண்புழு சிற்றினங்கள் உள்ளன. இன்னும் பலவகைகள் கண்டறியப்படாமல் உள்ளன. பலவற்றின் திறன்களும், வாழ்க்கைச்சுழற்சியும் இன்னும் ஆய்வு செய்யப்படாமலேயே உள்ளது. மண் புழுவை இனப்பெருக்கம் செய்பவர்கள், தாம் எதற்காக மண்புழுவை வளர்க் கிறோம் என்பதில் தெளிவாக இருக்க வேண்டும். வெறும் தூண்டில் புழுக் களுக்காகவோ மட்டுமென்றால் அதற்கு மேல்மட்ட வகை மண்புழுக்கள் மட்டுமே போதுமானது. ஆனால், இவற்றினால் மண் மேம்பாட்டிற்கு எவ்விதப் பயனும் கிடைப்பதில்லை. வேளாண் நிலங்களில் மண்ணின் வளமும் பெருகுவது முக்கியம். இதற்கு மேல்மட்ட வகையும், இடைமட்ட வகையும் கலந்து பயன்படுத்தப்படுவது அவசியம்.

வேளாண் கழிவுகளையும், அங்ககக் கழிவுகளையும் உரமாக மாற்றுவதில் மேல்மட்ட வகை திறமை மிக்கவை. இடைமட்ட வகை உரமாக்குதலில் உதவி புரிவதுடன் துவார மண்டலங்களை உருவாக்குவதன் மூலம் உணவுச் சத்துக்களை தாவரங்களுக்குக் கொண்டு செல்கின்றன. மேலும் கீழுமாக நகரும் இடப்பெயர்ச்சி செயலினால், துவாரங்களைப் பெருக்கி மண் மேம்பாட்டிற்கு உதவுகின்றன.

இயற்கையில் உற்பத்தியும், மக்குதலும் ஒரே நேரத்தில் நடைபெற்றாலும் இவை இரண்டுமே சமநிலையில் இருப்பதில்லை. மண்புழுக்கள் மட்டுமே மண்ணில் நடைபெறும் மக்குதலுக்குக் காரணம் என்று கூறுவது சரியல்ல. நுண்ணுயிர்களும் மற்ற பல உயிரினங்களும் மக்குதலுக்குக் காரணமாகின்றன. இதில் பல சிக்கலான பரிமாற்றங்களும், இடை விளைவுகளும் நிகழ்கின்றன. இவை இன்னமும் முற்றிலுமாக அறியப்படவில்லை என்றே கூறவேண்டும்.

மண்புழுக்களை வைத்துத் தயாரிக்கப்படும் உரம், மண்புழு உரம் என்று கூறப்படுகிறது. ரசாயன உர மூட்டைகளுக்கு இணையாக இவைகளும் சந்தைப்படுத்தப்படுகின்றது. தொழுஉரமிட்டு இணையாகச் செய்யப்படும் வேளாண்மைக்கு இது உகந்தது. இதனை தயாரிப்பது எளிது. இதன் நன்மைகள் பற்பல. இதனால் தாவரங்களுக்கு எவ்விதக் கேடும் விளைவதில்லை. மண்புழு உரத்தை நிலத்திற்கு இடுவதால், நிலத்தில் மண் புழுக்களின் எண்ணிக்கை அதிகரிக்கும் வாய்ப்பு ஏற்படுகிறது. மண்ணில் ஈரத்தைப் பிடித்து வைக்கும் தன்மையை அதிகரிக்கின்றது. நீர் பாய்ச்சும் இடைவெளி அதிகமாக வாய்ப்பு ஏற்படுகின்றது.

நைட்ரஜனை நிலைநிறுத்தும் பாக்டீரியாக்களும், மண்ணில் கரையா நிலையிலுள்ள மணிச்சத்தைக் கரைக்கவல்ல பாக்டீரியாக்களும் மண்புழு கழிவுகளில் அதிகம் உள்ளன. ஆகையால் பாக்டீரியாக்களை பராமரிக்கின்றன. அனைத்து நுண்ணூட்டச் சத்தும் இதில் உள்ளன. இதனால் நுண்ணூட்டச் சத்து பற்றாக்குறை சரி செய்யப்படுகிறது. பயிர் வளர்ச்சிக்குத் தேவையான வளர்ச்சி ஊக்கிகளான சைட்டோகைனின் (Cytokinin), ஆக்ஸின் (Auxins) மற்றும் பலவகை என்சைம்கள் (Enzymes), கிரியா ஊக்கிகள் மற்றும் ஹார்மோன்கள், வைட்டமின் சத்துக்கள் உள்ளன. மண்புழுக்களை கட்டுப்படுத்தும் தன்மையுடையது.

சத்துக்கள்	சாதாரண தொழு எரு	மண்புழு எரு
தழைச்சத்து	0.3%	1.5 %
மணிச்சத்து	0.2 %	1.0%
சாம்பல் சத்து	0.3 %	0.6 %
துத்தநாகம்	14.5 பி.பி.எம்	24.6 பி.பி.எம்
இரும்பு	146.5 பி.பி.எம்	247.3 பி.பி.எம்
மாங்கனீசு	69 பி.பி.எம்	509.7 பி.பி.எம்
தாமிரம்	2.8 பி.பி.எம்	61.5 பி.பி.எம்

மண்புழு உரம் மண்ணில் தரத்தை உயர்த்தும், அமில-கார நிலையைக் கட்டுப் படுத்தும். 100 % இயற்கை உரமான இது தழை, மண், சாம்பல் சத்துக்களுடன் நுண்ணூட்டச் சத்துக்களையும் வழங்கி ரசாயன உரங்களிலிருந்து மண்ணிற்கு விடுதலை வழங்குவதுடன் விளைபொருள்களின் தரத்தையும், சுவையையும் அதிகரிக்கும். மண்புழு உரத்திற்கு நீரை சேமித்து வைக்கும் சக்தி அதிகம். நிலத்தில் இடப்படும்போது, மண்ணின் ஈரத்தன்மையை உயரச் செய்து, பயிருக்கு அதிகநாட்கள் தண்ணீர் கிடைக்கச் செய்கிறது. ஆதலால் தண்ணீரின் தேவை குறைகிறது.

மண்புழு உரத்திலுள்ள வளர்ச்சி ஊக்கிகள், வேர்களையும் பயிர்களையும் நன்றாக வளரச் செய்கின்றது. இதனால் பயிருக்கு நோய் தடுப்பு சக்தி அதிகரிக்கின்றது. அதனால் நோய் பூச்சிகளை கட்டுப்படுத்தும் செலவு குறைக்கப்படுகிறது. தொழு உரத்தைப் பயன்படுத்தும்போது, அதிக அளவில் களைகள் முளைக்கும். ஆனால், மண்புழு உரத்தில் களை விதைகளே இருப்பதில்லை. ஆதலால் நிலத்தில் களை முளைப்பது கட்டுப்படுத்தப்படும்.

மண்புழு, மண்புழு உரம் இவற்றைப் பற்றி பார்த்தோம். இனி மண்புழு வளர்ப்பது எப்படி என்று தெரிந்துகொள்வோம். அதற்கு முன் மண்புழு வளர்க்க எந்த மாதிரியான இடம் தேர்ந்தெடுக்க வேண்டுமெனப் பார்க்கலாம். தேர்வு செய்யும் இடம் மேடான பகுதியாக இருக்கவேண்டும். மழைநீர் அடித்துச் செல்லாத இடமாக இருக்கவேண்டும். மண்புழு வளர்க்கும் இடத்தில் கூரையோ அல்லது பந்தலோ அமைக்க வேண்டும். தாவர, கால் நடைக் கழிவுகள் எளிதாகக் கிடைக்கக்கூடிய இடமாக இருக்கவேண்டும். மரத்தின் கீழ் உள்ள நிழலான பகுதியைப் பயன்படுத்தலாம். வியாபார நோக்கில் உற்பத்தி செய்பவர்களுக்கு உற்பத்தியான மண்புழு உரத்தை விற்பனை செய்ய, போக்குவரத்துக்கு ஏற்ற இடமாகவும் இருக்கவேண்டும்.

பொதுவாக இரண்டு முறைகளில் மண்புழுக்களை வளர்த்து மண்புழு உரம் தயார் செய்யலாம். (அ) குழி அல்லது தொட்டி முறை (ஆ) திறந்தவெளியில் மண்புழு வளர்த்தல்

(அ) குழி அல்லது தொட்டிமுறை வளர்ப்பு

6 அடி நீளம் 3 அடி அகலம் 2 அடி ஆழம் கொண்ட சிமெண்ட் தொட்டியை அல்லது தரைக்குக் கீழ் குழியை ஏற்படுத்திக் கொள்ள வேண்டும். நீளத்தை 3 அடியாகவும் அவரவர் வசதிக்கு ஏற்ப குறைத்துக் கொள்ளலாம். அகலத்தை 3 அடிக்கு மிகாமலும் ஆழத்தை 3 அடிக்கு மிகாமலும் பார்த்துக் கொள்ள வேண்டும். தொட்டியில் 3 அங்குல உயரத்திற்குக் கூழாங்கற்களை பரப்ப வேண்டும். கற்கள் மூடும் வரையில் அதன் மீது மணலைப் பரப்ப வேண்டும். இது தேவைக்கு அதிகமான நீரை உறிஞ்சும். இதற்கு மேல் 3 அங்குல உயரத்திற்குத் தோட்டத்து மேல் மண்ணை இட்டு தண்ணீர் தெளிக்க வேண்டும்.

அதற்குமேல் 2 அங்குல உயரத்திற்கு மண்புழுவின் உணவான சாணத்தைப் பரப்ப வேண்டும். இதற்குமேல் வைக்கோல் அல்லது பசுந்தழைகள் மற்றும்

சமையல் கழிவுகளை 6 அங்குல உயரத்திற்கு இட்டு அதற்குமேல் சாணக் கரைசலை தெளிக்கவும். தொட்டி நிறையும் வரை இதுபோன்று மாற்றி மாற்றி இட வேண்டும். ஒவ்வொரு அடுக்கும் 6 அங்குல உயரத்திற்கு மிகாமல் இருக்க வேண்டும். ஒரு நாள் விட்டு ஒருநாள் தண்ணீர் தெளித்து வரவேண்டும். 30-வது நாள் தொட்டியில் உள்ள தொழு உரத்தில் கையை விடும்போது, கை பொருக்கும் அளவிற்குச் சூடு இருந்தால் மண்புழு விடு வதற்கு ஏற்றச் சூழலாகும். தேவையான மண்புழுக்களை ஒரு சதுர அடிக்கு 200 கிராம் வீதம் ஆங்காங்கே துளையிட்டு விடவேண்டும் தொட்டியில் எறும்பு ஏறிவிடாமலிருக்க தொட்டியின் மேற்பகுதியில் வரப்புபோன்று அமைத்து அதன் இடைப்பட்ட பகுதியில் தண்ணீர் ஊற்றலாம்.

தொட்டியின் மேல்பகுதியில் கம்பி வலைபின்னால் மூடவேண்டும். தொட்டியின் அடிமட்டத்தில் PVC குழாயினைப் பொருத்தினால் மண்புழு குளியல் நீர், 45 முதல் 60 நாட்களுக்குள் மண்புழு உரம் தயாராகும். இந்த இடைப்பட்ட காலத்தில் தொட்டியை நிரப்புவதற்கு மக்கவைத்த குப்பையைத் தயார் செய்து கொள்ள வேண்டும்.

ஒவ்வொரு தொட்டியிலும் செங்கற்களை ஒவ்வொரு செங்கலுக்கு நான்கு பக்கமும் 3 செ.மீ. இடைவெளி இருக்குமாறு இடையே உள்ள பகுதியில் கழிவுகளை இடும். அதன்பிறகு செங்கலின் மேல்பகுதியில் கழிவை விட்டு விட்டு கீழே சென்றுவிடும். செங்கலுக்கு மேல் 3 அங்குலம் முதல் 4 அங்குல உயரத்திற்குக் கழிவு இருக்கும்போது 2 நாட்களுக்குத் தண்ணீர் தெளிப்பதை நிறுத்தவேண்டும். மேல் ஈரம் காய்ந்த பின்னர் அந்தக் கழிவினை சேகரம் செய்து கொள்ளலாம். இம்முறையில் மண்புழுவிற்கு இடையூறு இல்லாமல் கழிவுகளை எடுத்துக் கொள்ளலாம்.

மேல் மட்டத்தில் அடுக்கப்பட்ட செங்கல், படிப்படியாகக் கீழே இறங்கி ஒரு அடி ஆழம் அடையும் சமயம், செங்கற்களை அகற்றி தனியே மக்க வைத்த குப்பையை ஒரு அடி உயரத்திற்குச் சீராகப் பரப்பி மீண்டும் செங்கற்களை அடுக்கி தண்ணீர் தெளித்துவர வேண்டும். இவ்வாறாக இரண்டு முறை மண் புழுக்களை எடுத்து முடிக்க 120 நாட்களாகும். அந்தச் சமயத்தில் மண் புழுக்கள் இரண்டு மடங்காகப் பெருகியிருக்கும். கீழ்ப் பகுதியில் உள்ள மண் புழுக்களை அடுத்த தொட்டிக்கு விட்டு பயன்படுத்தலாம்.

ஆ. திறந்த வெளியில் மண்புழு வளர்த்தல்

காற்றோட்டமான சூழலில் தயாரித்தல்

5 அடி அகலம், 1 அடி உயரம் நம் வசதிக்கேற்ற நீளத்திற்கு தேங்காய் உரிமட்டை களை அடுக்கி மேடை அமைத்துக் கொள்ள வேண்டும். தேங்காய் மட்டைக்கு மேல் 1 அடி உயரத்திற்குக் கரும்பு சோகை அல்லது வைக்கோல் அல்லது சாய்ந்த வேளாண் கழிவுகளை பரப்பி தண்ணீர் தெளித்து ஈரமாக்க வேண்டும்.

அரை கிலோ டிரைகோடர்மா விர்டி, சூடோமோனாஸ் புளோ ரெஸ்சன்ஸை தண்ணீரில் கரைத்து பின், சாணக் கரைசலுடன் கலந்து இதற்கு மேல் தண்

நனையும்படி தெளிக்க வேண்டும். இந்தப் படுக்கையின் மேல் 4 அடி இடைவெளியில் 6 அடி உயரமுள்ள கனமான குச்சிகளை செங்குத்தாக நிறுத்தவும். அந்தப் படுக்கையில் ஒரு அங்குல உயரத்திற்குச் சாணத்தைச் சீராகப் பரப்ப வேண்டும். அதன்மேல் பசுந்தழையினை பரப்பி லேசாக மண்தூவி தண்ணீர் நன்கு தெளிக்கவும். இத்துடன் முதலாவது அடுக்கு முடிவடையும். அடுத்து இதேபோல, அடுக்குகளை 5 அடி உயரம் வரை செய்ய வேண்டும்.

அதன் பின்னர் நடுவில் இருந்த கனமான குச்சியை எடுத்துவிட்டு, தெளிக்கும் நீர் ஆவியாவதைத் தடுக்க கரும்பு சோகையைப் பரப்ப வேண்டும். குச்சியை எடுப்பதனால் உண்டாகும் துவாரத்தின் வழியே படுக்கையின் நடுப்பகுதியில் ஏற்படும் சூடு, ஆவியாக வெளியேறும். ஒரு நாள்விட்டு ஒரு நாள் தண்ணீர் தெளித்து வரவேண்டும். 75 முதல் 90-வது நாளில் 5 அடி உயரமுள்ள குப்பை மக்கி 3 அடி உயரமாகக் குறைந்துவிடும். அந்தச் சமயத்தில் குச்சியை அகற்றிய துளை வழியே கையை உள்ளே வைத்துப் பார்க்கும்போது மனித உடல்வெப்பநிலை அளவிற்கு இருந்தால், மண்புழுவிட சரியான தருணமாகும்.

மேல்பகுதியில் உள்ள சோகையை அகற்றி ஒரு சதுர அடிக்கு 200 கிராம் மண்புழுக்கள் விட்டு அதன் மீது மீண்டும் கரும்பு சோகை கொண்டு மூடவும். மண்புழுவிட்ட 2 வாரத்திற்குள் அதன் கழிவுகள் வெளியே தெரிய ஆரம்பிக்கும். அப்போது உரத்தைச் சேகரிக்கலாம். தண்ணீர் தெளிப்பதை 3 முதல் 4 நாட்களுக்கு நிறுத்தினால், மேல் ஈரம் காய்ந்ததும் மண்புழுக்கள் அடிப்பகுதிக்குச் சென்றுவிடும். மேல்பகுதியில் உள்ள ஈரத்தை சரித்து எடுத்துவிடலாம். மீண்டும் சீராக 2 அங்குல உயரத்திற்கு சாணத்தைப் பரப்பி, சோகையால் மூடி ஒருநாள்விட்டு, ஒருநாள் தண்ணீர் தெளித்து வரவும். இம்முறையில் 120 நாட்களில் மண்புழு உரம் தயாரித்துவிடலாம்.

கம்போஸ்ட் குழியினைச் சுற்றிலும், இடைவெளிகளிலும் பசுந்தழைகள், தரக் கூடிய மரங்களான கிளிரிசிடியா, புங்கமரம், வேப்பமரம், அகத்தி, சித்தகத்தி மற்றும் கேசியாசயாமியா மரங்களை நடலாம். இது கம்போஸ்ட் குழிகளுக்கு நிழல் தருவதோடு மண்புழு எரு தயாரிக்கத் தேவையான பசுந்தழைகளையும் கொடுக்கின்றது. குழிகளின் ஓரங்களில் படரும் காய்கறிகளைப் பயிரிட்டால் வீட்டுக்குத் தேவையான காய்கறிகள் கிடைக்கும். மண்புழு உரக்குவியல் மீது படர்ந்து குளிர்ச்சியான சூழலையும் உருவாக்கும்.

2. மரத்தடி நிழலில் மண்புழு உரம் தயாரித்தல்

மூன்று அடி அகலம், ஒரு அடி உயரத்திற்கு மரத்தினைச் சுற்றி உரித்த தேங்காய் மட்டையைப் பரப்பவும். தேங்காய் மட்டைகளுக்கு மேல் நன்கு மக்கிய தொழு உரத்தை இரண்டு அடி உயரத்துக்குக் குவிக்க வேண்டும். நுண்ணுயிர் கரைசலை நன்கு நனையுமாறு தெளிக்கவேண்டும். இதன்மேல் ஈரச்சாக்கு கொண்டு மூடவும். இவ்வாறு மேலே வைக்கப்படும் சாணத்தை நான்கு நாளில் உண்டு குடித்துவிடும். இந்த வேளையில் சாணத்தை இரண்டு அங்குல உயரத்திற்கு வைத்து ஈரச்சாக்குகளைக் கொண்டு மூடவும். இவ்வாறு

செய்யும்போது, 4 நாட்கள் 3 நாட்கள் இடைவெளியாகும். 3 நாட்கள் 2 நாட்கள் இடைவெளியாகும், 2 நாட்கள் 1 நாள் இடைவெளியாகும். அந்தச் சமயத்தில் மண்புழுக்கள் இரண்டுமடங்காக உற்பத்தியாகிவிடும். 4-வது வாரத்தில் மண்புழுவின் உரம் தெரிய ஆரம்பிக்கும்.

இந்த நேரத்தில் 3 - 4 நாட்கள் தண்ணீர் தெளிக்காமல் நிறுத்த வேண்டும். மேல்பகுதியில் உள்ள மண்புழு உரத்தைச் சேகரித்துவிடலாம். அங்கு அதிகமாக உருவாகியுள்ள மண்புழுக்களை அடுத்த மக்கிய குப்பையைக் கொண்டு மண்புழு உரம் தயாரிப்பதற்குப் படுக்கை தயார் செய்ய வேண்டும். இந்த முறையினை திரும்பத் திரும்ப கையாள வேண்டும். இந்த முறையில் கோழி, எலி மற்றும் இதர பறவைகளிடமிருந்து பாதுகாக்க வேண்டும்.

மண்புழு ஒரு நாளில் ஆறுமுதல் ஏழு முறை உணவு எடுத்துக் கொள்ளும். ஒரு வேளைக்கு 2 மக்கு எடுத்துக் கொண்டால் அதன் கழிவில் வெளிவரும் சத்துக்களை காண்போம். அந்த மக்கில் மண்புழு 1 மில்லிகிராம் தழைச்சத்து உணவாக உட்கொண்டால், 6 மில்லி கிராம் தழைச்சத்தாகவும், 1 மில்லி கிராம் மணிச்சத்து உட்கொண்டால் 7 மில்லி மணிச்சத்தாகவும், 1 கிராம் சாம்பல் சத்து உட்கொண்டால் 11 மில்லி கிராம் மணிச்சத்தாகவும் மண்புழு கழிவில் வெளிவருகிறது. மண்புழு ஒருநாளில் 6 முதல் 7 முறை உணவு உண்ணும்போது, 36 - 42 மி.லி. தழைச்சத்தும், 42 - 49 மி.கிராம் மணிச் சத்தும், 66 - 77 மி. கிராம் சாம்பல் சத்தும், இதைத் தவிர பயிர் வளர்ச்சிக்குத் தேவைப்படும் பலவகையான நுண்ணூட்டச்சத்துக்களும் கிடைக்கிறது.

மண்புழு உரம் தயாரிப்பதற்கு உள்ளூரில் கிடைக்கும் பொருள்களைப் பயன்படுத்துவதே சிறந்த முறையாகும். காய்கறிகளைப் பயிரிடுபவரோ அல்லது விற்பவரோ மீதமுள்ள அழுகிய காய்களைப் பயன்படுத்தலாம். பால்மாடுகளை வளர்ப்பவர்கள் மாட்டுச் சாணத்தையும், விவசாயிகள் வேளாண்கழிவுகளையும், வீட்டிலிருப்போர் சமையல் கழிவுகளையும் பயன் படுத்த முடியும். கோழி எச்சம் புதிதாக உள்ளபோது, அதில் நச்சுப் பொருள்கள் உள்ளதால் அதன் பயன்பாட்டில் கவனமாகச் செயல்பட வேண்டும்.

எறும்புகள், பூராண்கள், தவளைகள், பறவைகள், கோழி, பாம்புகள், எலி வகைகள், பிள்ளைப்பூச்சி போன்ற உயிரினங்கள் மண்புழு உரத்தயாரிப்புக்குக் கேடு விளைவிப்பவை. புழு முட்டைகளை (ககூன்கள்), சிறிய புழுக்களை சில சமயம் பெரிய புழுக்களையும் தின்று எண்ணிக்கையைக் கணிசமாகக் குறைத்துவிடுபவை. இதுபோன்ற புற எதிரி உயிர்களை கட்டுப்படுத்தினால் மட்டுமே மண்புழு உரதயாரிப்பை வெற்றிகரமாகச் செய்ய முடியும்..

மண்புழுக்களின் உயிர் வாழ்தலுக்கு ஈரப்பதம் தேவையென்பதால் தண்ணீர் பராமரிப்பு, மண்புழு வளர்ப்பில் மிக முக்கியமான அம்சமாகிறது. அதிக அளவு தண்ணீர், புழுக்களை விரட்டிவிடும். இருந்தும் தண்ணீர் பராமரிப்பு மிகவும் எளிதான ஒன்றுதான். புழுக்களை கையாளத் தொடங்கியதும் இதைக் கற்றுக் கொண்டுவிடலாம்.

வேதியியல் உரங்களின் தீமைகளையும், இயற்கை வேளாண்மையின் நன்மைகளையும் குறித்த விழிப்புணர்வு மக்களிடையே பெருகிவரும் இந்த வேளையில், மண்புழு உரம் விற்பனை வாய்ப்புகள் நிறைந்த வளர்ச்சி முகத்தைக் கொண்டுள்ள ஒரு தொழிலாக விளங்குகிறது.

மண்புழு உரத்தின் விலை ஒரு டன்னுக்கு ரூ.2500 ரூபாயிலிருந்து 5000 ரூபாய் வரை வேறுபடுகிறது. நகர்ப்புறங்களில் சில்லறை விற்பனை 1 கிலோ அடங்கிய வண்ணமிகு பாக்கெட்டுகள் 15 ரூபாய் வரை விற்பனை செய்யப் படுகின்றது. ஏழை எளியவர்களுக்கும், பொருளாதாரத்தில் பின்தங்கியவர் களுக்கும் மண்புழு உர தயாரிப்பு ஒரு குறைந்த முதலீட்டில் நிறைந்த வருவாயை ஈட்டித் தருகின்ற தொழில்.

மண்புழு உரத்தின் தரத்தை நிர்ணயிக்கும் வரைமுறைகள் இன்னமும் நிறுவப் படவில்லை என்பது உரத்தின் வர்த்தகத்தில் ஒரு பிரச்னையாகவே உள்ளது. உரங்களுக்குச் சான்றிதழ் வழங்கப்படவில்லையெனில் மண்புழு உரம் என்ற பெயரில் மண்ணும், காய்ந்த மாட்டுச்சாணமும் கலந்த கலவைகள் சந்தை களுக்கு வருவதைத் தடுக்க இயலாது.

மண்புழுக்களை பற்றி விளக்கமாக எடுத்துச் சொல்ல வேண்டுமெனில் அதற்கே ஒரு தனி புத்தகம் தேவைப்படும். எனவே, சில புள்ளிவிவரங் களுடன் இப்போதைக்கு முடிக்கலாம். ஒரு கிலோ மண்புழு ஒரு நாளில் 5 கிலோ பசுத்தழை அல்லது கழிவுகளை உண்ணும். இதற்கு 40 முதல் 50 கிலோ ஈரப்பதம் தேவைப்படும். ஒரு கிலோ மண்புழுக்கள் ஒரு வாரத்தில் 300 முதல் 1000 புழுக்கள் இருக்கும். ஒரு கிலோ மண்புழுக்கள் ஒரு வாரத்தில் 2000 - 5000 மண்புழு முட்டைகளை உருவாக்கும். இவை 6 - 8 வாரத்தில் முதிர்ந்த புழுக்களாக மாறும். முதிர்ந்த மண்புழு 7 முதல் 10 நாட்கள் இடை வெளியில் முட்டைகள் இடஆரம்பிக்கும். ஒரு பருவத்தில் ஒரு மண்புழு வானது சுமார் 250 புழுக்களை உருவாக்கும். மண்புழுக்களின் ஆயுட்காலம் ஒரு ஆண்டு. மண்புழு ஒரு வருடத்தில் 25 அடி ஆழத்திற்குத் துளையிட்டு 45டன் மண்ணைப் புரட்டுகிறது. நிலத்தின் மண்புழுக்களின் எண்ணிக்கை அதிகமாக இருந்தால் ஆண்டிற்கு 200 டன் எரு உருவாகும். துளைகளின் மூலம் தண்ணீர், பயிர்களின் வேர்ப்பகுதி வரை பாயும் மழைநீரையும் அதிக அளவு பூமியுனுள் இறக்கி நிலத்தடி நீரை உயர்த்த உதவி செய்கிறது.

8. நுண்ணுயிர்களின் தலைவன் E.M.,

விஞ்ஞான விதியெல்லாம் வேகம் வேகம்
வேகமினல் தாமத்தின் வித்தை விந்தை
அஞ்ஞான விதியெல்லாம் போகம் போகம்
அடடா கயிறறுந்த பொம்மலாட்டம்

- காரைச் சித்தர்

இயற்கை வேளாண் உழவர்களிடையே, இன்றைக்கு உலக அளவில் வியந்து பிரபலமாகப் பேசப்படுகின்ற இரண்டெழுத்து மந்திரச் செயல் E.M. என சுருங்க அழைக்கப்படும் Effective Microorganism. இதனை தமிழில் திறமிகு நுண்ணுயிர் என்று அழைக்கலாம். இனி சுருக்கமாக 'ஈ.எம்' என்றே அழைப்போம்.

80 வகையான நுண்ணுயிர்களைத் தேர்வுசெய்து, அதனை ஒருங்கிணைத்து ஒரு நுண்ணுயிர் கலவையாக, திரவ வடிவில், தயார் செய்யப்படுவதுதான், ஈ.எம். இந்தக் கலவை, பழுப்பு நிறத்தில் இருக்கும். இந்தப் பழுப்பு நிற நுண்ணுயிர் கலவையில், ஏற்கெனவே உயிர் உரங்களாகப் பிரபலமாக உள்ள அஸோஸ் பைரில்லம், அசட்டோ பேக்டார், அசிட்டோ பேக்டர், டிரைகோ டெர்மா விர்டி, சூடோமோனல் போன்ற நுண்ணுயிர்கள் உள்ளன. அத்துடன் லேக்டிக் ஆசிட் பேக்டீரியா, ஈஸ்ட், ஒளிச் சேர்க்கைக்கான பாக்டீரியா, ரே பூசணம், ஆக்டினோ மைசிட்ஸ் ஆகிய 5 வகை நுண்ணுயிர் குடும்பத்தைச் சேர்ந்த உயிர்கள் இந்தக் கலவையில் உள்ளன.

சோவியத் ரஷ்யாவில் 1940-ம் ஆண்டில் வேளாண்மையில் நுண்ணுயிர் களைப் பயன்படுத்தலாம் என ரஷ்ய விஞ்ஞானிகள் கண்டுபிடித்தனர். ஆனாலும் அவர்களால் இன்றைக்கு இயற்கை விவசாயிகள் வெற்றிகரமாகப் பயன்படுத்துகின்ற ஈ.எம். போல, 80 வகை நுண்ணுயிர்களை ஒருங்கிணைக்க இயலவில்லை. ஜப்பான் நாட்டு தோட்டக்கலை விஞ்ஞானி டாக்டர் டீரோ ஹைகா (Dr. Prof. Teruo Higo) என்பவர் 1986-ம் ஆண்டில் இந்த ஈ.எம். நுண்ணுயிர்க் கலவையைக் கண்டுபிடித்தார். இன்றைக்கு உலக அரங்கில் 90 நாடுகளில் இந்தத் தொழில்நுட்பம் பயன்படுத்தப்பட்டு வருகின்றது. இந்திய நாட்டில் 1998-ம் ஆண்டில்தான் ஈ.எம். அறிமுகப்படுத்தப்பட்டு, நல்ல பயனைக் கொடுக்கிறது.

ஈ.எம். வேளாண்மை, கால்நடை வளர்ப்பு, மீன்வளம், கழிவு நீர் பராமரிப்பு, குப்பைக்கூளங்கள் பராமரிப்பு, சுற்றுச்சூழல் பாதுகாப்பு, மனித வளம்,

வீட்டுப் பராமரிப்பு போன்று பல்வேறு துறைகளில் பயன்படுத்தப்பட்டு வருகின்றது.

இதிலுள்ள நுண்ணுயிரிகள் ஒன்றுக்கொன்று இணைந்து வாழ்கின்றன. ஒன்றுக்கொன்று உதவி செய்து கொள்கின்றன. இவை அனைத்தும் ஒன்று சேர்ந்து வேலை செய்யும்போது, அதிக வேகத்துடன் திறம்பட செயலாற்ற முடிகின்றது. இவைகள் இறக்குமதி செய்யப்பட்டவையல்ல. முற்றிலும் இந்தியாவின் இயற்கைச் சூழலில் உள்ள நுண்ணுயிர்களைக்கொண்டு உருவாக்கப்பட்டது.

விவசாயத்தில் ஈ.எம். பல்வேறு பயன்களைக் கொடுக்கின்றன. அவற்றை வரிசைப்படுத்தலாமா?

1. விதைகளை இந்த ஈ.ம். கலவையில் கலந்து விதைத்தால் விதைகள் வேகமாக முளைக்கும். அத்துடன் விதைகளின் முளைப்புத் திறனும் அதிகமாகும்.

2. வேளாண் கழிவுகளை மிகவும் வேகமாக மக்க வைக்கும் தன்மை கொண்டது. ஒரு வாரத்தில் குப்பைகளை மக்கச் செய்து பக்குவப்படுத்தி, நிலத்திற்கு இடுவதன் மூலம் மண்ணின் பொலபொலப்புத் தன்மையை அதிகரிக்கலாம்.

3. அதே போன்று குப்பைகள் இடாமல் மண்ணின் பொல பொலப்புத் தன்மையை அதிகரிக்க அவசியம் ஏற்பட்டால் ஈ.எம். கலவையை நிலத்தில் தெளித்து தண்ணீர் விடவேண்டும். மண்ணும் மிருதுவாகும்.

4. ஈ.எம். நிலத்தினை அடையும்போது, நிலம் வளமடையும்.

5. மண்ணில் உள்ள தீமை செய்யும் நுண்ணுயிர்களை கட்டுப்படுத்தும். இதன்மூலம் பயிர்களை நோய்கள் தாக்காதவாறு பார்த்துக் கொள்ளலாம்.

6. பயிர்களைத் தாக்கும் பூச்சிகளையும் இது கட்டுப்படுத்தும்.

7. ஏற்கெனவே பார்த்தபடி ஒளிச்சேர்க்கையைச் செய்யக்கூடிய பாக்டீரியா, இந்தக் கலவையில் உள்ளது. இந்த நுண்ணுயிர்கள் தனக்குத் தேவையான புரதத்தையும், அமினோ அமிலங்களையும் அதிகப்படியாக உற்பத்தி செய்கிறது. இந்த நுண்ணுயிர் இறந்த சில விநாடிகளில் இவை உற்பத்தி செய்த அமினோ அமிலங்களும், புரதங்களும் செடிகள் எடுத்துக் கொள்ளக்கூடிய சத்துப்பொருளாக மாறிவிடுகிறது. செடிகள் அதிக அளவில் இதை எடுத்துக்கொண்டு நமக்கு அதிக மகசூல் தருகின்றது.

8. இந்தக் கலவை திரவ நிலையில் உள்ளதால் பயன்படுத்துவது எளிது. தாய் திரவத்தை ஒருமுறை வாங்கி பலமடங்கைப் பெருக்க முடியும். ஆகவே செலவு குறைவு.

9. நுண்ணுயிர்கள் பெருக வாய்ப்புள்ளதால் மண்ணை ரசாயன உரங்களிடமிருந்து பாதுகாத்து வளம்பெறச் செய்யலாம்.

10. நல்ல சுவையுள்ள உணவுப் பொருட்களை உற்பத்தி செய்ய முடியும். ஏனெனில், இந்தக் கலவையில் உள்ள நுண்ணுயிர்கள் ஒன்றுக்கொன்று

உதவி செய்துகொண்டு, நிறைய சத்துக்களை மண்ணில் சேர்க்கும். இந்தச் சத்துக்களை உடனடியாகச் செடிகள் எடுத்துக்கொள்வதால், செடியின் மரபணுக்குள் பல மாற்றங்களை ஏற்படுத்துகின்றன. இதனால் பூச்சி மற்றும் நோய் எதிர்ப்புத் தன்மைகள் செடிகளுக்குக் கிடைத்து, மகசூல் குறைவில்லாமல் கிடைக்கும். சுருக்கமாகச் சொன்னால் அருமையான உரமாகவும், பூச்சி நோய் மருந்தாகும். விதைகளை ஊக்குவிக்கும் ஊக்கியாகவும் இந்தத் திறன்மிகு நுண்ணுயிர்க் கலவை ஈ.எம். பயன்படுகிறது.

ஈ.எம். கலவை பயன்படுத்தும் நிலத்தில் ரசாயன உரங்கள் இடுவதை அறவே தவிர்க்கவேண்டும். விஞ்ஞானி டீரோ ஹைய்கா கூறுவதைப்போல, பல்லைக் கடித்துக்கொண்டு நிலத்திற்கு எவ்விதமான ரசாயன உரங்களையும், பூச்சிக் கொல்லி விஷங்களையும் பயன்படுத்தாமல் இருந்தால், 3-வது ஆண்டிற்கு மேல் ஈ.எம். கலவைகூட தேவைப்படாது. அந்த நிலத்தில் வளர்ந்துள்ள நுண்ணுயிர்களுக்கு உணவாக இயற்கை எருக்களை கொடுத்தாலே போதுமானது. ஈ.எம். பயன்படுத்துவது ஓர் உயிருள்ள தொழில்நுட்பம். போதிய இயற்கை எருக்களை உணவாகக் கொடுக்காமல் நுண்ணுயிர்களைக் கொன்றுவிடக் கூடாது. போதுமான உணவில்லை எனில் தினசரி நுண்ணுயிர்களின் எண்ணிக்கைக் குறையத் துவங்டும்.

ஈ.எம். கொண்டு விதை நேர்த்தி செய்யலாம். விதையின் கடினத் தன்மைக்கு ஏற்றபடி, 30 நிமிஷம் முதல் 24 மணி நேரம் வரை விதையை ஊற வைக்க வேண்டும். 1 மில்லி ஈ.எம். திரவத்திற்கு 1 லிட்டர் தண்ணீர் என்ற விகிதத்தில் கலந்து கரைசல் தயார் செய்து விதையை அதில் ஊறவைத்து எடுத்துபின் விதையை நிழலில் நன்கு உலர்த்தி பின் விதைக்க வேண்டும். கரும்பு போன்ற விதைக்கரணைகளை 5 நிமிட நேரம் இந்தக் கரைசலில் முக்கி எடுத்தபின்னர் நடவு செய்யலாம். மண்ணில் அல்லது பயிரின் மீது தெளிப்பதென்றால், 1 மில்லி ஈ.எம். திரவத்திற்கு, 1 லிட்டர் தண்ணீர் வீதம் கலந்து தெளிக்க வேண்டும்.

ஒரு லிட்டர் ஈ.எம். தாய் திரவத்தை எவ்வாறு 20 லிட்டர் இரண்டாம் நிலை திரவமாக்குவது என ஏற்கெனவே உயிர் உரங்களுக்கான பகுதியில் விரிவாகக் கூறப்பட்டுள்ளது. இவ்வாறு பெருக்கப்பட்ட இரண்டாம் நிலை திரவத்தை 30 நாட்களுக்குள் பயன்படுத்தி விடவேண்டும். இரண்டாம் நிலை திரவத்திலிருந்து துர்நாற்றம் வீசினால், எக்காரணம் கொண்டும் அத்திரவத்தைப் பயன்படுத்தக்கூடாது. பொதுவாக ஒருமுறை ஈ.எம். திரவத்தைப் பெருக்கப் பயன்படுத்தப்பட்ட கொள்கலன்களை சுத்தமாகக் கழுவி சூரியவெளிச்சத்தில் வைத்து பின்னர் பயன்படுத்தலாம்.

ஈ.எம். திரவம் கொண்டு மக்கிய குப்பைகளை தயாரிப்பது குறித்தும் பார்க்கலாம். 10 லிட்டர் தண்ணீருடன் 200 மிலி ஈ.எம். இரண்டாம் நிலை திரவம் கலந்து, கலவை தயார் செய்து கொள்ள வேண்டும். மக்கிய உரம் தயார் செய்ய தேர்ந்தெடுக்கப்பட்டுள்ள இடத்தில் 10 சதுர அடிக்கு 2 லிட்டர் என்ற அளவில் தயாரிக்கப்பட்ட ஈ.எம். இரண்டாம் நிலை திரவம் தெளிக்கவும். பின்னர் 1

அடி உயரத்துக்குக் குப்பையைக் கொட்டவும். கொட்டிய குப்பையின் மீது பெருக்கப்பட்ட இரண்டாம்நிலை திரவத்தைத் தெளிக்கவும். அதாவது, 70 முதல் 80 சதவிகிதம் குப்பையில் ஈரம்படும்படி தெளிப்பது அவசியம். தொடர்ந்து அடுத்த அடுக்காக, 1 அடி உயரத்துக்குக் குப்பையைப்போட்டு அதன் மீது திரவத்தைத் தெளிக்க வேண்டும். இவ்வாறு 5 அல்லது 6 அடுக்குகளை தயார் செய்யலாம். பின்னர் மொத்த குப்பையையும் வைக்கோல், சணல் சாக்கு, வாழையிலை மற்றும் சருகுகள் போன்று ஏதாவது ஒன்றைக் கொண்டு மூடவேண்டும். இந்தக் குவியல் எப்போதும் ஈரப்பதம் இருக்குமாறு பார்த்துக்கொள்ள வேண்டும். குப்பைகளை புரட்டிவிடும், கிளறிவிடும் வேலையில்லை. இவ்வாறு தயாரான குப்பை, ஏக்கருக்கு 3 முதல் 4 டன்கள் இட்டால் நல்ல பலன் கிடைக்கும்.

பசுந்தழைகள் அதிகமிருந்தால் மக்கிய குப்பையில் தழைச்சத்து அதிக மிருக்கும். பண்ணைக் கழிவுகள் 2 பங்கும், சாணக் கழிவுகள் 1 பங்கும் இருக்குமாறு கலவையைத் தயார் செய்ய வேண்டும். விரைவில் மக்கவல்ல கரைசலையும், இரண்டாம் நிலை ஈ.எம். திரவத்தையும் சமஅளவில் கலந்து குப்பையின் மேல் தெளிக்க வேண்டும். தென்னை நார் கழிவு, சர்க்கரை ஆலைக் கழிவுபோன்ற அடர்த்திமிக்க எருக்களை மக்கவைக்கும்போது, அடிக்கடி கிளறிவிட்டால் விரைவில் மக்கும். குப்பைகளை மக்க வைக்கும் போது, நிழல் தேவை. மரத்தின் நிழலில் மக்கவைப்பது நலம். ஈ.எம். திரவத்தின் அளவை அதிகரித்தால், அதன் மூலம் மக்கிய குப்பையில் சத்துக்கள் அதிகம்.

தென்னை நார் கழிவினையும் ஈ.எம். மூலம் மக்க வைக்க இயலும். வழக்கமாக, தென்னை நார் கழிவை மக்கவைக்க புளூரோட்டால் காளான் வித்தையும், யூரியாவையும் பயன்படுத்துகின்றோம். ஆனால் ஈ.எம். பயன்படுத்தியும் தென்னை நார் கழிவையும், 1/4 பங்கு ஆட்டு எரு, மாட்டு எரு போன்ற ஏதாவது ஓர் இயற்கை எருவுடன் கலந்து அத்துடன் ஈ.எம். தெளித்து குவித்து வைத்திருந்தால், 7 நாட்களில் குப்பை வாடை வந்துவிடும், அதன் பின்னர் மண்ணில் இடலாம். இவ்வாறு குப்பைகளை மக்க வைக்கும்போது, போதுமான ஈரப்பதம் தேவை.

இந்தக் குப்பையைக் கைகளில் எடுத்து பிழியும்போது, ஈரப்பசை கசிய வேண்டும். ஆனால், தண்ணீர் வெளியேறி சொட்டுச் சொட்டாக வடியக் கூடாது. இதுபோன்ற புட்டுப்பதத்தில் உள்ள குப்பையில் ஈ.எம். தெளிக்க வேண்டும். ஒரு டன் தென்னை நார் கழிவில் 500 மில்லி இரண்டாம் நிலை ஈ.எம். கரைசலை 500 மில்லி குளோரின் கலக்காத, தோட்டத்து நீரில் கலந்து தெளிக்க வேண்டும்.

இயற்கை வழி பயிர் பாதுகாப்பு தனியே உள்ளது. ஆனாலும் ஈ.எம். கொண்டு பயிர் பாதுகாப்புச் செய்யப்படுவதைக் குறித்து இப்போது காணலாம்.

குறிப்பிட்ட சிலவகை தாவர இலைகளையும் ஈ.எம். கலவையும் கலந்து பயிரைத் தேடி வந்து நாசம் செய்யும் பூச்சிகளையும் நோய்களையும் கட்டுப் படுத்தும் வாய்ப்பு உள்ளது.

பயன்படும் தாவரங்கள்

1. மஞ்சள், 2. இஞ்சி, 3. புகையிலை, 4. பப்பாளி, 5. சீதாப்பழம் 6. வேம்பு, 7. எருக்கு, 8. வெங்காயம், 9. பூண்டு, 10. கற்றாழை, 11. துளசி, 12. புங்கன், 13. ஆமணக்கு, 14. அரளி, 15. ஆடாதொடை, 16. ஊமத்தை.

மேற்கண்ட தாவரங்களில் கிடைப்பவைகளில் இலை பொடியாக நறுக்கியது ஒரு கிலோ, தண்ணீர் ஒரு லிட்டர் வெல்லக் கரைசல் 50 மில்லி இரண்டாம் நிலை ஈ.எம். 50 மில்லி.

மூடியுடன் கூடிய பிளாஸ்டிக் வாளி அல்லது மண் பானையில் மேற்கண்ட பொருட்களை இட்டு இலைகள் நன்கு மூழ்கும்படி செய்யவும். காற்றுப் புகாமல் நன்றாக இறுக்கி மூடி இருட்டான மிதமான வெப்பமுள்ள இடத்தில் 5 முதல் 10 நாள்கள் வைக்கவும். அடிக்கடி கலவையைக் கலக்கி அதில் உற்பத்தியாகும் வாயுவை வெளியேற்ற வேண்டும். 5 முதல் 10 நாட்களுக் குள் நன்கு நொதித்து கலவை, தெளிக்க தயாராகிவிடும். கலவையை நன்கு வடிகட்டி பயன்படுத்தலாம். இந்தப் பூச்சி விரட்டியை 90 நாட்கள் வரை பயன்படுத்தலாம். நல்ல மணம் நீங்கி துர்நாற்றம் வரும்போது, இந்தக் கலவையை உபயோகிக்க வேண்டாம்.

இரண்டாம் நிலை ஈ.எம். கரைசலை மாட்டுக் கொட்டகைகளில் தெளிப்பதன் மூலம் அங்குள்ள துர்நாற்றம் நீங்கும். நோய்களைப் பரப்பும் ஈக்கள் மாட்டு உன்னிகளைக் கட்டுப்படுத்தும். தீமை செய்யும் பூச்சிகளைக் குறைக்கும். கால்நடைகளின் தீவனத்தில் கலந்து கொடுப்பதன் மூலம், உடல் ஆரோக்கியத்தை மேம்படுத்தும். கால்நடைகளுக்கு நோய் எதிர்ப்புச் சக்தியை அதிகப்படுத்தும். தரமான பால், முட்டை, இறைச்சி ஆகியவை கிடைக்க வழி செய்யும். மேலும், கால்நடைகள் தன்மை அதிகரிக்கும். சாணத்தின் தரம் மேம்படுவதனால் எருவும் உயர் ரகமாக இருக்கும். அத்துடன் கால்நடைகளுக்குத் தேவையன்று ஏற்படும் மருத்துவச் செலவுகள் குறையும்.

இந்த ஈ.எம். திரவத்தைக் கால்நடையின் தீவனங்கள் மற்றும் குடிநீரில் கலந்து கொடுக்கலாம். தெளிப்பான்களைக் கொண்டு மாட்டுக் கொட்டகையிலும், கால்நடை படுக்கையிலும் தெளிக்கலாம். ஒரு லிட்டர் இரண்டாம் நிலை திரவத்திற்கு 100 லிட்டர் கிணற்று லிட்டர் என்ற அளவில் கலந்து தீவனத்தின் மீது தெளித்து மாடுகளுக்குத் தீவனமாகக் கொடுக்கலாம். கொட்டகையில் தெளிக்கும்போது, பரிசோதனையாகப் பாதி அளவு தெளிக்காமல் முழு கொட்டகையின் மீதும் தெளிப்பது அவசியம்.

கால்நடைகளுக்கு அடர் திரவமாக கொடுக்கக்கூடாது. அதிக அளவு தண்ணீர் கலந்துதான் கொடுக்க வேண்டும். 1 லிட்டர் இரண்டாம் நிலை திரவத்தினை 1000 முதல் 5000 லிட்டர் நீரில் கலந்து கால்நடைகளுக்குக் குடிநீராகக் கொடுக்க வேண்டும். இளம் கன்றுகளுக்குத் தண்ணீரின் அளவைக் கூட்ட வேண்டும்.

குடிநீர்த் தொட்டியில் புதிய தண்ணீர் மாற்றிய பின்னர், ஈ.எம்., கலக்க வேண்டும். நாள்பட்ட தண்ணீர் ஈ.எம். கலந்து கொடுக்கக் கூடாது. கோழித் தீவனத்திலோ அல்லது குடிநீரிலோ ஈ.எம். கலப்பதன் மூலம், கோழி ஆரோக்கியமாக இருக்கும். மஞ்சள் கரு கெட்டியாக முட்டையில் சத்துக்கள் அதிகப்படும் முட்டையின் அளவு அதிகரிக்கும்.

கால்நடைகளுக்குக் கொடுப்பதற்கு தாய் திரவத்தை அதிக அளவு பெருக்கினால் செலவு குறையும். இதற்கு 100 லிட்டர் தண்ணீர், 5 கிலோ ரசாயனமற்ற வெல்ல சர்க்கரை, 1 லிட்டர் ஈ.எம். தாய் திரவம் தேவை. இதனை 30 நாட்களுக்குள் பயன்படுத்துதல் உசிதம்.

ரஷ்யாவில் மனிதர்களுக்குக் காசநோய் தடுப்பு மருந்து தயாரிக்க இந்த ஈ.எம் பயன்படுத்துகின்றனர். தாய்லாந்தில் ஆரோக்கிய பானமாகத் தயார் செய்கின்றனர். சாக்கடையைச் சுத்திகரிக்க இதைப் பயன்படுத்தலாம். மீன் கழுவிய இடம் துர்நாற்றம் வீசுமல்லவா, அந்தத் துர்நாற்றத்தைப் போக்க அந்த இடத்தில் ஈ.எம். தெளிக்கலாம்.

ஜப்பான் நாட்டில் ஹிரோஷிமாவில் ஒரு நீர் நிலையில் உலகின் அரிய வகை மீன்கள் 95 சதவிகிதம் இருந்தன. 1976-ம் ஆண்டு ஜப்பானில் தொழிற்புரட்சி ஏற்பட்டபோது, தொழிற்சாலைகளின் கழிவுகள் நீர்நிலைகளில் கலந்தன. இதனால் அதிலிருந்த மீன்கள் அழிந்தன. 1986-க்குப்பின் ஈ.எம். தொழில் நுட்பத்தைப் பயன்படுத்தி கழிவு நீர் சேர்ந்து கெட்டுபோயிருந்த நீர்நிலைகளை சுத்தப்படுத்தி அரிய மீன்களை மீண்டும் வளர்த்து வருகின்றனர். இந்த முன் உதாரணத்தைக் கொண்டு நமது நாட்டின் பெருநகரங்களில் ஓடும் கழிவு நீர் ஆறுகளை சுத்திகரிக்கலாம். அப்படி ஒரு முயற்சியைத் தொடங்குவார்கள் எனில், சென்னையின் புண்ணிய நதியான கூவத்திலிருந்து ஆரம்பிக்கலாம்.

ஆம்ஸ்டர்டாம் நகரில் உள்ள ஓர் ஆற்றில் தொழிற்சாலை கழிவு நீர் புகுந்ததால் அதன் சுற்றுப்பகுதியில் புல்கூட முளைப்பதில்லை. இந்த ஆற்றில் ஈ.எம். பயன்படுத்தியதால் புற்கள் வளரத் துவங்கின; மீன்களும் வரத் துவங்கின.

வேளாண்மைக்கு நன்மை செய்யும் அனைத்து நுண் உயிர்களும் பூமியில்தான் வாழ்கின்றன. ரசாயன உரங்களை கண்டுபிடிப்பதற்கு முன்னர் விவசாயிகள் இயற்கை எருக்களை மட்டுமே நிலத்தில் இட்டனர். ஆண்டுதோறும் விவசாயிகள் போடும் இயற்கை எருக்களை உணவாக எடுத்துக் கொண்டு, மண்ணில் வாழும் நுண்ணுயிர்கள் ஏராளமான அளவில் பெருகி ஒவ்வொன்றும் ஒரு வேலையைச் செய்தன. தாவரங்களுக்குத் தேவையான சத்துகளை எடுத்துக் கொடுத்தன. பூச்சி நோய்களைக் கட்டுப்படுத்தின, மண்ணின் பௌதிக குணத்தை மேம்படுத்தின.

காலதேவனின் விளையாட்டால் ராசாயன உப்பு உரங்கள் வந்தன. போதிய எருக்களின்றி நுண்ணுயிர்கள் மடிந்தன. மண் மலடானது. இப்போது வெளியிலிருந்து நுண்ணுயிர்களைப் பெருக்கி நிலத்திற்கு விடவேண்டிய சூழ்நிலை. அதற்கு ஒரே மாமருந்து இந்த ஈ.எம். எனலாம்.

9. ஒருங்கிணைந்த பண்ணையம்

அறையும் பொறையும் மணந்த தலைய
எண்நாள் திங்கள் அனைய கொடுக்கரைத்
தெண்ணீர் சிறு குளம்

- பழம்பாடல்

ஒவ்வொரு பண்ணையும் வெற்றியை நோக்கியே நடைபோட வேண்டும் என்பது பண்ணையாளரின் விருப்பம். பயிர் சாகுபடி என்பது எப்பொழுதும் சூதாட்டமே. உலகப் பொருளாதார கொள்கையின்படி, எந்த விளை பொருளின் விலையும் எந்த நேரத்திலும் எப்படியும் மாறலாம். அதனைத் தொடர்ந்து, இருக்கவே இருக்கின்றது பங்குச் சந்தையின் ஊக வர்த்தகம். ஆக, பொருளாதார நிலையில் பண்ணையம் வெற்றியடைய தெளிவான, நீண்டகால திட்டமிடல் அவசியம்.

ஒவ்வொரு பண்ணையாளரிடமும் தங்களின் நிலத்தின் ஜாதகம் அவசியம் இருக்க வேண்டும். நிலத்தின் கார, அமிலத் தன்மை, மின் கடத்தும் தன்மை, மண்ணின் தன்மை, மண்ணிலுள்ள தழை, மணி, சாம்பல் போன்ற பேரூட்டச் சத்துகளுடன் பதினாறு வகையான நுண் ஊட்டச்சத்துகளின் அளவு, மண்ணின் படிமத் தன்மை, பாசன நீரின் தன்மை, கிடைக்கும் அளவு, பாசன வசதி போன்றவைகள், நமது பகுதியில் ஆண்டு மழையளவு, மழை பெரும் பருவகாற்று, மழை பெறும் மாதங்கள், பனி, காற்றின் ஈரப்பதம் போன்றவற்றை அருகிலுள்ள வானிலை புள்ளிவிவர சேகரிப்பு மையம் மூலம் சேகரித்தும் அனுபவமிக்கவர்களிடம் கேட்டும் தெரிந்து வைத்துக் கொள்ள வேண்டும்.

நம்மிடமுள்ள கால்நடைகளின் எண்ணிக்கை, அதன் மூலம் பெறப்படும் உரத்தின் அளவு, மேற்கொண்டு எரு சேகரிக்க உள்ள வாய்ப்பு, நமது விளை பொருள் விற்பனைக்கான சந்தை வசதி, வேலைக்கு ஆள்கள் கிடைக்கும் வசதி போன்றவற்றை கவனிக்க வேண்டும்.

பண்ணையின் ஜாதகத்தை கணித்தபிறகு அதன் பலா பலன்களாக வேளாண் காடுகள், தோட்டக்கலைப் பயிர்கள், பால்பண்ணை, செம்மறி வெள்ளாடு வளர்ப்பு, மீன் வளர்ப்பு, கோழி வளர்ப்பு, புறா வளர்ப்பு ஆகியவற்றை ஒருங் கிணைத்து ஒன்றையொன்று சார்ந்து இயங்குவதாக அமைத்து பண்ணையின் பொருளாதார வெற்றிக்கான வழியைத் திறந்து விடவேண்டும்.

உதாரணமாக, ஒரு ஹெக்டேர் நஞ்சையில் 0.90 அளவு நிலம் பயிர் சாகுபடிக்கு எடுத்துக் கொள்ளப்பட்டது. மீதமுள்ள 0.10 ஹெக்டேர் நிலத்தில் மீன் வளர்ப்பு குளம் வெட்டப்பட்டது. அதில் 1000 மீன் குஞ்சுகள் விடப் பட்டன. குளத்துக்கு மேலே கோழி வீடு அதில் 50 முட்டைக் கோழி, 100 புறாக்கள், 5 கிலோ தினசரி உற்பத்தி செய்யவல்ல காளான் பண்ணை.

இந்தப் பண்ணையின் தினசரி நிகர வருமானம் 250 ரூபாய். கோழி, மீன், புறாவிற்கான தீவனம் நிலத்தில் கிடைத்தது. காளானுக்கான வைக்கோல் நிலத்திலேயே கிடைத்தது. அனைத்து கழிவுகளும் கம்போஸ்ட் கோழியின் எச்சமும், புறாக்களின் கழிவுகளும் மீன்களுக்குத் தீவனமானது. நிலத்தில் விளையும் தானியம் கோழி தீவன செலவைக் குறைக்கிறது. இதே போன்று புறாவின் குஞ்சு உற்பத்தியும் அதிகமாகிறது.

பயிர் செய்தல், பன்றி வளர்ப்பு, மீன் வளர்ப்பு, காளான் வளர்ப்பு இணைந்து செய்கின்ற கலப்பு பண்ணையமும் லாபகரமாக இருக்கின்றது. பயிர் சாகுபடி யுடன் வெள்ளாடு வளர்ப்பும் மீன் பண்ணையும் இணைந்து செய்யும்போது, லாபத்துடன் வேலை வாய்ப்பும் உண்டாகிறது. கலப்பு பண்ணையில் கிடைக்கின்ற அனைத்து கழிவுகளையும் மண்புழு உரமாக மாற்றி மீண்டும் நிலத்துக்கு கொடுப்பதால் இடுபொருள் செலவு கணிசமாகக் குறைகின்றது.

ஒருங்கிணைந்த பண்ணையத்தில் வாய்ப்புகள் அதிகம். வீடு, வீட்டைச் சுற்றிய விவசாய நிலம், சில பால் மாடுகள், செம்மறி ஆடோ வெள்ளாடோ, கோழிகள், வெண் பன்றி வளர்ப்பு, வாத்து வளர்ப்பு, மீன் வளர்ப்பு, புறா வளர்ப்பு, முயல், தேனீ, பட்டுப்புழு வளர்ப்பு, மண்புழு உரம், காளான் வளர்ப்பு, எரி பொருளுக்கு பயோகேஸ் எனும் சாண எரிவாயு, பழ மரப்பயிர் கள், வேளாண் காடுகள் என பெரிய பட்டியலே நீள்கின்றது.

ஆனாலும், சில இடர்பாடுகள் இருக்கத்தான் செய்கிறது. ஒருங்கிணைந்த பண்ணையம் அமைக்க ஆரம்பகட்ட முதலீடு அதிகமாக இருக்கும். பல்வேறு தொழில்களை கைக்கொள்ள வேண்டியதிருப்பதால், பரந்த அறிவு தேவைப் படும். தரமான இன வகைகளைத் தேடிச் சேகரிக்க பொறுமையும் அறிவும் திறமையும் தேவைப்படுகிறது. இவற்றுக்கான செலவு குறைந்த தீவன வகை களைச் சேகரித்து உற்பத்தி செய்ய நிறைய வேலை செய்யவேண்டியுள்ளது. அனைத்துக்கும் மேலாக கிராமப்புறத்தில் நம்முடைய உற்பத்திக்கு உரிய சந்தை வாய்ப்பு உள்ளதா என்பதையும் கண்டறிய வேண்டும். ஏனென்றால் விற்பனை வாய்ப்புதான் ஒருங்கிணைந்த பண்ணையத்திற்கு அடிப்படை.

நம்முடைய வரவுகள் எவ்வாறு இருக்க வேண்டும் என விரும்புகின்றோமோ, அதற்கு ஏற்ப பண்ணையை திட்டமிட்டுக் கொள்ள வேண்டும்.

தினசரி வரவிற்கு : மலர் சாகுபடி, பால்மாடு, முட்டைக்கோழி, தீவனப்புல் விற்பனை.

வார வரவிற்கு : கறிவேப்பிலை, காய்கறிகள்

மாத வரவிற்கு : பட்டுப்புழு, தென்னை, பெருநெல்லி, நாட்டுக்கோழி

பருவ வரவிற்கு : மக்காச்சோளம், நெல், சூரியகாந்தி, வெங்காயம், கடலை, முருங்கை

ஆண்டு வரவிற்கு : புளி, நாவல், பழமரங்கள்

நீண்ட கால வரவிற்கு : வேளாண் காடுகள்

இவையெல்லாம் சின்ன உதாரணங்களே. தெளிவான திட்டமிடுதல் இருக்குமானால் ஒருங்கிணைந்த பண்ணையம் மாபெரும் வெற்றியடையும்.

10. பஞ்சகவ்யா

உழுது விதைத்து அறுப்பார்க்கு உணவு இல்லை
பொய்தைத் தொழுது அடிமை செய்வார்க்கே
செல்வம் எல்லாம் உண்டு
உண்மை சொல்வார்க்கோ எழுதரிய பெரும்
கொடுமைச்சிறை உண்டு தூக்குண்டே
இறப்பது உண்டு.

- பாரதியார்

விருக்ஷா ஆயுர்வேதம் பயிர்களுக்கான மருந்து குறித்து பல அரிய கருத்துகளை வழங்குகின்றது. அதில் ஒரு துளிதான் பஞ்சகாவ்யம். கொடுமுடியைச் சேர்ந்த ஆங்கில மருத்துவர் டாக்டர் கே. நடராஜன் மாசி மாதத்து மஹா சிவராத்திரி அன்று கொடுமுடியில், காவிரிக் கரையோரம் அருள்பாலிக்கும் மகுடேஸ்வரனை வணங்கச் சென்றார். குருக்களால் வழங்கப்பட்ட பஞ்சகாவ்யத்தை சுவைத்தபோது, சட்டென மனத்தில் தோன்றிய ஒளிதான் இன்று உலக நாடுகளெங்கும் பரவியுள்ளன பஞ்சகவ்யா.

1998-ல் நடைபெற்ற சர்வதேச மூலிகைக் கருத்தரங்கத்தில் கலந்து கொண்டார் டாக்டர் நடராஜன். அங்கே, பிரேசில் நாட்டு இயற்கை விஞ்ஞானி ஒருவர் எழுதிய Organic Farming Source Book என்னும் புத்தகத்தைக் கண்டார். பசுவின் சாணம், சிறுநீர் இரண்டையும் சம அளவில் கலந்து 21 நாள்கள் ஊற வைத்து மீத்தேன் வாயு வெளியேறிய பின் நுண்ணூட்டச் சத்துகள் சேர்த்து 2% கரைசலாகத் தெளித்து பயிர்களுக்கு அளித்ததில் நல்ல பலன் கிடைத்ததாகக் குறிப்பிட்டிருந்தார்.

இரண்டையும் இணைத்து தன் ஆய்வுகளைத் துவங்கினார் டாக்டர் நடராஜன். பஞ்சகவ்யா என்பது பசுவின் ஐந்து பொருள்களால் ஆனது. சாணம், சிறுநீர், பால், தயிர், நெய் ஆகிய ஐந்து பொருள்களால் செய்யப்படுவது. ஒவ்வொரு பொருளும் சேர்ப்பதனால் ஒவ்வொரு பயன் கிடைக்கின்றது. பயிருக்கு என்பதால் முதலில் இத்துடன் தேன் சேர்த்தார். தேனின் விலையை கருத்தில் கொண்டு மாற்றாக, கரும்புச் சாறு கலந்தார். பின்னர் இளநீர், வாழைப் பழங்கள், கள் அல்லது ஈஸ்ட் என ஒன்பது பொருள்கள் கலக்கப்பட்டன.

ஒவ்வொரு விவசாயிகளும் இதனைத் தயார் செய்யத் துவங்கியபின் ஒருசில மாற்றங்களைச் செய்து அதன்படியே பயன்படுத்தி வெற்றியைப் பிடித்தனர்.

20 லிட்டர் பஞ்சகவ்யா தயாரிக்க என்னென்ன தேவை?

1. மீத்தேன் வாயு நீங்கிய பசு சாணம்	-	5 கிலோ
2. பசுமாட்டு சிறுநீர் (கோமியம்)	-	3 லிட்டர்
3. காய்ச்சி ஆறிய பசும்பால்	-	2 லிட்டர்
4. நன்கு புளித்த பசு தயிர்	-	2 லிட்டர்
5. பசுமாட்டு நெய் (அ)	-	1 லிட்டர்
கடலை புண்ணாக்கு	-	2 கிலோ
6. கரும்புச் சாறு	-	3 லிட்டர்
7. இளநீர்	-	3 லிட்டர்
8. நன்கு கனிந்த வாழைப்பழம்	-	12
9. தென்னை அல்லது பனைகள் (அ)	-	2 லிட்டர்
பேக்கரி ஈஸ்ட்	-	200 கிராம்

இதை எவ்வாறு தயார் செய்வது என்பதை அறியும் முன் ஏன் சேர்க்க வேண்டும் என்பதைக் காணலாம்.

பசுஞ்சாணம்	-	பாக்டீரியா, பூஞ்சாணம், நுண்ணுயிர்ச் சத்துகள்
கோமியம்	-	பயிர் வளர்ச்சிக்குத் தேவை யான தழைச்சத்து
பசுவின் பால்	-	புரதம், கொழுப்பு, மாவுச்சத்து, +அமினோ அமிலம், கால்சியம்
தயிர்	-	லேக்டோ பேஸில்லஸ் - ஜீரணிக்கத்தக்க செரிமாணத் தன்மையைத் தரவல்ல நுண்ணுயிரிகள்.
நெய்	-	வைட்டமின் ஏ, பி, கால்சியம், கொழுப்புகள்
இளநீர்	-	சைட்டோகைனின் எனும் வளர்ச்சி ஊக்கி மற்றும் அனைத்து வகை தாதுஉப்புகள் (மினரல்ஸ்)
கரும்புச்சாறு	-	இனிப்பு (குளுக்கோஸ்) வழங்கி நுண்ணுயிர்களின் வளர்ச்சியை அதிகரிக்கிறது.
கள், வாழைப்பழம்	-	கள் தாது உப்புகளையும், கள்ளும் வாழைப்பழமும் சேர்ந்து நொதிப்பு நிலை ஏற்படுத்தவும் உதவுகிறது.

பஞ்சகவ்யாவில் சேர்க்கின்ற பொருள்களின் செயல் தன்மையைப் பார்த்தோம். இனி, பஞ்சகவ்யா செய்வது எவ்வாறு என்பதைப் பார்க்கலாம்.

பச்சை பசுஞ்சாணம் 5 கிலோ அல்லது பயோகேஸ் சிலரி 5 கிலோவை ஒரு பிளாஸ்டிக் வாளியில் எடுத்துக் கொள்ள வேண்டும். இந்தச் சாணத்துடன் ஒரு கிலோ நெய் அல்லது 2 கிலோ கடலைப் புண்ணாக்கைத் தூளாக்கி எடுத்துக் கொண்டு, நன்கு பிசைந்து மூடி வைக்க வேண்டும். தினசரி இதனைக் கிளறிவிட வேண்டும். மூன்று நாள்கள் கழிந்தபின் நான்காம் நாள் வாயகன்ற மண் பானை, சிமெண்ட் தொட்டி அல்லது பிளாஸ்டிக் டிரம்மில் ஒன்றன்பின்

ஒன்றாகச் சேர்த்து நன்றாகக் கலக்கி நூல் துணியால் வாய்பகுதியை மூடி நிழலான இடத்தில் வைக்க வேண்டும்.

தினசரி குறைந்தபட்சம் இரண்டு வேளையாவது நன்கு கலக்கி காற்றோட்டம் ஏற்படும்படி செய்தால், நுண்ணுயிரிகள் அபரிமிதமாகப் பெருகி நல்ல பலனைக் கொடுக்கும். 15 நாட்களில் பஞ்சகவ்யா தயாராகிவிடும். இந்தக் கலவையை ஈ மொய்க்காமல் பார்த்துக் கொள்ள வேண்டும். ஈக்கள் எச்சமிட்டால், புழுக்கள் தோன்றிவிடுகின்றன.

தினசரி இருமுறை கலக்கி வந்தால் ஆறு மாதம் கெடாமலிருக்கும். கலவை கெட்டியாகிவிட்டால், தண்ணீர் சேர்த்து கலக்கலாம். நாள் அதிகமாக அதிகமாக, கலவையின் பயன் அதிகம்.

கரும்புச் சாறு கிடைக்காதப் பகுதியில் கரும்புச் சாறுக்குப் பதில் 1/2 கிலோ நாட்டுச் சர்க்கரை அல்லது கருப்பட்டியை 3 லிட்டர் தண்ணீரில் கரைத்து கரைசலை உபயோகம் செய்து கொள்ளலாம். நெய் அதிக விலை எனக் கருதுபவர்கள், இரண்டு கிலோ கடலைப் புண்ணாக்கைத் தூள் செய்து நெய்க்கு மாற்றாகப் பயன்படுத்திக் கொள்ளலாம். கள் சட்டபூர்வமாகக் கிடைப்பதில்லை. அதற்கு மாற்றாக பேக்கரி ஈஸ்ட் 200 கிராம் வாங்கி 200 கிராம் நாட்டுச் சர்க்கரையுடன் கலந்து 40^0 C உஷ்ணமுள்ள வெதுவெதுப்பான 2 லிட்டர் தண்ணீரில் கலந்து 15 நிமிடம் வைத்திருந்தால், கலவை நுரையுடன் பொங்கி வரும். அப்போது கள்ளுக்குப் பதிலாகக் கலக்கலாம்.

பஞ்சகாவ்யத்தை அறிவியல் ரீதியாகப் பகுப்பாய்வு செய்த விஞ்ஞானிகள் முடிவு.

1. தழைச்சத்தை நிலைநிறுத்தும் அஸோஸ்பைரில்லம்
   10,000 கோடி / கிராம் ஒன்றிற்கு
2. தழைச்சத்தை நிலை நிறுத்தும் அசடோ பேக்டர்
   9000 கோடி / கிராம் ஒன்றிற்கு
3. மணிச்சத்தைக் கரைத்துக் கொடுக்கும் பாஸ்போக்டீரியா
   7000 கோடி / கிராம் ஒன்றிற்கு
4. நோய் எதிர்ப்பாற்றலை தரும் ஆடோமோனஸ்
   6000 கிராம் / கிராம் ஒன்றிற்கு

கார அமிலத் தன்மை PH - 6.02
மின் கடத்தும் திறன் EC - 3.02

மொத்தம் கரைந்திடா திடப்பொருள் TDS - 3.4% w/w

தழைச்சத்து (Nitrogen)	-	6650 ppm
மணிச்சத்து (Phosphrous)	-	4310 ppm
சாம்பல் சத்து (Pottasium)	-	5200 ppm
சோடியம் உப்பு (Sodium)	-	1600 ppm

சுண்ணாம்புச் சத்து (Calcium)	-	1000 ppm
மக்னீசியம் (Magnesium)	-	1000 ppm
குளோரைடு (Chloride)	-	248.50 ppm
போரான் (Boran)	-	0.442 ppm
மங்கனீசு (Manganese)	-	14.8 ppm
இரும்புச் சத்து (Iron)	-	142.5 ppm
துத்தநாகம் (zinc)	-	82.000 ppm
செம்பு (Copper)	-	58 ppm
கந்தகம் (sulphur)	-	0.56 % w/w

இனி பஞ்சகவ்யத்தை எவ்வாறெல்லாம் பயன்படுத்தலாம் எனக் கண்டோம். 3% பஞ்சகவ்யா என்பது 100 லிட்டர் தண்ணீருக்கு 3 லிட்டர் கரைசல் சேர்த்து தெளிப்பது. கைத்தெளிப்பான், விசைத் தெளிப்பான் என எந்த வகையாக இருந்தாலும், 3% கரைசலை இலைவழி தெளிப்பு உரமாகக் காலை, மாலை வேளையில் தெளிக்கலாம். கைத்தெளிப்பானில் நாசில் அடைக்கும் வாய்ப்பு இருப்பதால் மெல்லிய நூல் துணியில் பஞ்சகவ்யா கரைசலை வடிகட்டி அதன்பின் பயன்படுத்தலாம். விசைத் தெளிப்பான் என்றால் அடைப்பானையும், குழாயின் நுனிப்பகுதியையும் பெரியதாக செய்து கொண்டால் தெளிப்பு அடைப்பின்றி ஒரே சீராக வரும். ஒரு ஏக்கருக்கு சுமார் 3 லிட்டர் போதுமானது. பயிரை, அடர்த்தியைக் குறைத்து அளவு மாற வாய்ப்பு உண்டு.

பஞ்சகவ்யா கரைசலை நிலவள ஊக்கியாகவும் பயன்படுத்தலாம். அதற்கு ஒரு ஏக்கருக்கு 20 லிட்டர் கரைசலை வாய்க்கால் தண்ணீருடன் கலந்தும் அல்லது சொட்டு நீர்ப்பாசனம் தெளிப்பு நீர்ப்பாசனம் மூலமும் கலந்து கொடுக்கலாம்.

விதை நேர்த்தி, நாற்று நேர்த்தி செய்ய 3% பஞ்சகவ்யா கரைசலைப் பயன் படுத்தலாம். அனைத்து விதைகளுக்கும், நாற்று நேர்த்திக்கும் பஞ்சகவ்யா கரைசலைப் பயன்படுத்தினால் முளைப்புத் திறன் அதிகரித்து நல்ல வேர், அதிகமான நல்ல நாற்றுகள் வளமான பயிர்களையும் பெறலாம்.

1. கடுகு, ராகி, எள், கம்பு, தக்காளி, கத்தரி போன்ற சிறிய விதைகள் - 20 நிமிடங்கள்
2. வெண்டை, வெள்ளரி போன்ற நடுத்தர விதைகள் - 30 நிமிடம்
3. பூசணிக்காய், பாகல், புடலை, சுரை, நெல் போன்ற பெரிய விதைகள் - 45 நிமிடம்
4. கிழங்குகளையும், தண்டுகளாகவும் நடப்படும் உருளைக் கிழங்கு, மஞ்சள் இஞ்சி, கரும்புச் கரனை ஆகியவற்றை 5 நிமிடம் ஊற வைத்து நிழலில் சிறிது நேரம் உலர்த்தி பின் நடலாம். நாற்றை விதைநேர்த்தி செய்ய வேரை மட்டும் சிறிதுநேரம் நனைத்து பின்னர் நடவு செய்யலாம்.

விதை சேமிப்பு

நமது நிலத்தில் விளைந்து நன்கு முற்றிய, தரமான நோய் தாக்காத நல்ல விதைகளைச் சேகரித்து அந்த விதைகளின் மேல் கைத்தெளிப்பான் மூலம் 3% பஞ்சகாவ்யா கரைசலை மிதமாக நனையும்படி தெளித்து, பின்னர் நிழலில் நன்கு உலர வைத்து அதனை விதைக்காகச் சேமித்து வைக்கலாம். இதனால் விதைகள் நோய் தாக்குதல் இன்றி அதிக நாட்கள் முளைப்புத் திறனுடன் இருக்கும். இந்த விதைகளின் மூலம் பெறப்படும் நாற்றுக்கள் வளமாக வளர்ந்து நல்ல விளைச்சலை கொடுக்கும்.

பஞ்சகாவ்யா பயிர்களுக்குப் பயன்படுத்தும்போது, விளையும் பழங்களில் உள்ள எல்லாச் சத்துக்களும் அதிகரிக்கின்றன. குறிப்பாக, சக்கரைச் சத்து 25% அதிகரிக்கின்றது. அதனால் பழங்கள் மிகுந்த மணமுடனும், சுவையாகவும், இனிப்பாகவும் இருந்து உடல் நலனைக் காக்கின்றது.

இயற்கையில் விளையும் காய்கறிகளும், தானியங்களும் எல்லா நுண்ணூட்டச் சத்துக்களையும், வைட்டமின்களையும், மாவுச்சத்து, புரதச் சத்து, கொழுப்புச்சத்து ஆகியவற்றையும் நமக்குத் தேவையான விகிதத்தில் கொண்டுள்ளதால் அவைகளின் சுவையும், மணமும் அதிகமாகவே உள்ளது.

பஞ்சகாவ்யா பயிர்களுக்கு மட்டுமல்ல. மனிதர்கள், கால்நடைகளுக்கும் பயன்படுகிறது. பஞ்சகாவ்யாவில் ஏராளமான நுண்ணுயிரிகள் இருப்பதால், அவை உடலின் உள்ளே செல்லும்போது, அவைகளுக்கு இயற்கையாக எதிர்ப்புச் சக்தி உண்டாகின்றது. அதனால் உடலில் எதிர்ப்புச் சக்தி தூண்டப் பெற்று, நோய் எதிர்ப்பாற்றல் வழங்குகிறது. கோழிக்குஞ்சுகளுக்குத் தடுப்பூசி போடாமல் பஞ்சகாவ்யாவை மட்டும் குடிதண்ணீரில் கலந்து கொடுத்து வளர்த்ததில் பிரமிப்பான வளர்ச்சியும், நோய் எதிர்ப்பாற்றலும் நல்ல தரமான முட்டையும் கிடைத்துள்ளது.

பஞ்சகாவ்யத்தை மாடுகளுக்கும், ஆடுகளுக்கும், நாய்களுக்கும் கொடுக்கும் போது, அவை எந்த நோய் நொடியுமின்றி வளர்கின்றன. கால்நடைகளின் தோல் வியாதிகளுக்கு வெளியில் தடவியும், உள்ளுக்குள் கொடுத்தும், மடிவீக்க நோய்களுக்கு 200 மிலி வீதம் ஒருவாரம் உள்ளுக்குள் கொடுத்தும், மடி, காம்பின் மீது தடவியும் குணப்படுத்தலாம்.

ஆடு மாடுகளின் வயிறு பொருமாலுக்குப் பஞ்சகாவ்யாவை உள்ளுக்குள் கொடுத்தால் நுண்ணுயிர்கள் கால்நடைகளின் குடலில் சென்று பெருகி உள்ளே உள்ள செரிக்காத பொருட்களை நொதிப்பின் மூலம் செரிக்கவைத்து காற்றையும் சாணத்தையும் வெளியேற்றுவதால், வயிறு பொருமல் குறைந்து கால்நடை வழக்கம்போல, அசைபோடும். முதல் நாள் 200 மி.லி. இரு முறையும், பின்னர் தினம் 200 மி.லி. அளவும் கொடுக்கலாம். ஆடுகளுக்கு 50 மி.லி போதுமானது. கால்நடைகளுக்கு தண்ணீர் கலக்காத பஞ்சகாவ்யா கொடுக்கலாம்.

கர்ப்பப்பை கோளாற்றில் சினை பிடிக்காமலிருக்கும் மாடுகளுக்கு பஞ்சகாவ்யா தொடர்ந்து கொடுத்து வந்தால் கர்ப்பப்பையிலுள்ள கட்டி, புண், கிருமிகள், கோமாரி நோய் வந்த மாடுகள், சினை முட்டை உற்பத்தி ஆகியவை சரியாக்கப்பட்டு பசு எளிதில் முடை அடித்து பருவத்திற்கு வந்து சினையாகும். பொலிகாளைகளுக்கு பஞ்சகாவ்யா தொடர்ந்து கொடுத்து வந்தால், காளைமாட்டின் விந்துவில் உள்ள உயிரணுக்கள் அதிகரிக்கும்.

நன்கு காய்ந்த வைக்கோல், சோளத்தட்டை ஆகியவற்றை 'படப்பு' போட்டு சேகரித்து வைக்கும்போது, 3% பஞ்சகாவ்யா கரைசலை தெளிப்பான் மூலம் தெளித்து படப்புபோட்டால், தீவனங்களில் உள்ள சத்துக்கள், தாது உப்புகள் அளவுகூடி கால்நடைகள் விரும்பி உண்ணும் சுவையான சத்தான தீவனம் கிடைக்கின்றது.

இன்றைய விவசாய தொழில்நுட்பத்தில் பயன்படுத்தப் பட்டுவரும் வேதியியல் இடுபொருள், பூச்சி மருந்துகளால் அதிக உற்பத்தி செலவு ஏற்படுவதோடு மட்டுமின்றி அதில் விளையும் உணவுப் பொருள்களை பயன்படுத்தும் மனிதன் முதல் கால்நடைகள் வரை அனைத்து உயிரினங் களுக்கும் புதுப்புது நோய்கள் உருவாகி வருகின்றது. மனிதன், கால்நடை களுக்கு வரும் நோய்களுக்குப் புதுப்புது மருந்துகள் வருகின்றன. வியாதிகள் தீருகின்றன. மீண்டும் வேறு வியாதிகள் வருகின்றன.

ஆனால் உண்ணுகின்ற உணவில் விஷம் இருக்கும் வரை எந்தச் சிகிச்சையும், மருந்துகளும் நோயை அழிக்கவே இயலாது. பஞ்சகாவ்யா போன்றவற்றைப் பயன்படுத்தி பயிரினை நஞ்சின்றி வழங்கினால் மட்டுமே வரும் சமுதாயம் போற்றிப் பாராட்டும். இல்லாவிட்டால், நம் சந்ததியின் வாயாலேயே நாம் நிச்சயம் அர்ச்சிக்கப்படுவோம்.

11. உயிராற்றல் வேளாண்மை

இனி நாம் விரிவாகக் காணப் போகும் உயிர் சக்தி வேளாண்மை முறைகளை இயற்கை வேளாண்மை செய்யப்படும் பண்ணைகளில் மட்டுமே வெற்றிகரமாகச் செயல்படுத்த இயலும். ஆகவே இந்த நூலில் தனித்தனியே விரிவாகக் கூறப்பட்டுள்ள இயற்கை வேளாண்மையின் பத்து கட்டளைகள் என்னென்ன எனக் காண்போம்.

1. மண் மற்றும் நீர் சேமிப்பு முறைகளைக் கையாளுதல்
2. பலவகை பயன்தரும் மரங்களை நட்டு வளர்த்தல்
3. பயிர் சுழற்சி முறையைச் செயல்படுத்துதல்
4. பசுந்தாள் உரமிடுதல்
5. உயிர் உரங்கள் இடுதல்
6. மண்புழு உரமிடுதல் மற்றும் நிலத்தில் மண்புழுவின் பெருக்கத்தை ஊக்கு வித்தல்
7. இயற்கை கலப்பு உரமிடுதல்
8. இதர இயற்கை இடுபொருட்களைப் பயன்படுத்துதல் கரம்பை, காம்பல், ஆழ்குழாய் மண், எலும்புத்தூள், ராக் பாஸ்பேட், எண்ணெய் புண்ணாக்குகள், தென்னை நார் கழிவு
9. ஒருங்கிணைந்த பூச்சி மற்றும் பூஞ்சான கட்டுப்பாடு முறைகளை கடைப் பிடித்தல்.
10. கலப்பு பண்ணை முறையைக் கடைப்பிடித்தல்

ஜெர்மனி நாட்டில் இருபதாம் நூற்றாண்டின் தொடக்கத்தில், அதாவது வேதியியல் வேளாண்மை பின்பற்றப்பட்ட ஆரம்பக் காலத்திலேயே பல விவசாயிகள் விவசாயத்தில் பல குறைபாடு ஏற்படுவதை உணர்ந்தனர்.

இதன் விளைவாக 1922-ம் ஆண்டில் ருடால்ப் ஸ்டைனர் எனும் ஆஸ்திரிய நாட்டைச் சேர்ந்த தத்துவ ஞானியிடம் பல விவசாயிகள் முறையிட்டனர். அவர் விவசாயத்தில் பல ஆராய்ச்சிகள் செய்து பல அரிய முறைகளைக் கண்டறிந்தார்.

1922-ல் இரண்டு இளம் விஞ்ஞானிகள் வேளாண்மையில் பல குறைகளைப் பற்றி விளக்கம் கேட்டனர். அதற்கு அவர் இயற்கை உரங்களை ஊக்குவிக்கும் சில மூலிகை உரங்களைப் பற்றி விளக்கினார். பின்னர் வேதியியல் உரங்கள் இல்லாமல் எவ்வாறு விவசாயம் செய்யலாம் என்பதனையும் விளக்கினார். இதன் மூலம் உயிர் சக்தி வேளாண்மை முறைகள் உருவாகின.

1924-ம் ஆண்டு கோடைக் காலத்தில் ஆந்திரோ போ சோபியில் உள்ள சில விவசாயிகளின் வேண்டுகோளின்படி கோபர்விட்ஸ் என்ற இடத்தில் கவுண்ட் வேண் கேய்சர்விங் என்பவரின் எஸ்டேட்டில் தொடர்ச்சியாக எட்டு உரைகள் நிகழ்த்தினார். இவை இப்போது வேளாண்பாடத்திட்டமாக உருவாகியுள்ளது. ஆன்மிக ஆராய்ச்சியின் மூலம் இயற்கையினைப் புதிய முறையில் எவ்வாறு புரிந்துகொள்ளலாம் என்பதனை இங்கு காண்பித்துள்ளார். மண்ணின் நிலை, நீர்ப்பாசனம், சூரிய ஒளி, விலங்கின வாழ்வு, பயிர் வளர்ச்சி போன்றவற்றில் பூமி மற்றும் அண்டங்களின் சக்தி செயல்படுகிறது.

தாவரங்களின் வளர்ச்சியில் பூமியின் சக்தி குறையாமல் அதிகமாகிக் கொண்டிருக்கும். ஆனால், பழங்கள் உருவாகும்போது மற்றும் பழங்கள் பழுக்கின்ற வேளையில் அண்டங்களின் சக்தி மிகுதியாகச் செயல்படும். இந்த இரண்டு சக்திகளை இயற்கை முறையில் எவ்வாறு அதிகரிக்கலாம் அல்லது குறைக்கலாம் என்பதைப் பற்றியும் கூறியுள்ளார். உதாரணமாக, சில முக்கிய உரங்களின் உதவியால் இயற்கை உரங்களை தயாரித்தல், குறிப்பிட்ட கால்நடைகள் உணவூட்டும் திட்டம், உயிரியல் அடிப்படையில் நில அமைப்பு திட்டங்கள் போன்ற பல இயற்கை முறைகள் இதற்கு உதவும்.

உலக நாடுகள் பலவற்றில் விவசாயிகள் இந்த வேளாண் முறையினைப் பின் பற்றுகின்றனர். கடந்த 30 - 40 வருடங்கள் இதனைப் பல தோட்டங்களில் பின்பற்றி நல்ல பலன் அடைந்துள்ளனர். இந்தப் புதிய முறையில் பயிர்கள் மற்றும் கால்நடைகளின் ஆரோக்கியத்தில் நல்ல மாற்றம் ஏற்பட்டுள்ளதோடு, நல்ல தரமான உணவும் உற்பத்தியானது. ஸ்டைனரின் கருத்துக்களால் அறிவியலில் பல துறைகள் மாற்றங்களைக் கண்டது. பல அறிஞர்களின் ஆராய்ச்சி முடிவுகளையும் அனுபவங்களையும் கொண்டு பல கட்டுரைகள் வெளிவந்துள்ளன. ஸ்டைனர் கருத்துக்களின் அடிப்படையிலும் பல ஆராய்ச்சிகள் நடத்தப்பட்டன.

உயிர் சக்தி வேளாண்மை (Bio dynamic Agriculture) என்பது bio என்றால் சக்தி. ஆக, உயிரையும் சக்தியையும் நன்றாக இணைத்து நடத்தும் விவசாயம் என்று பொருள்.

இந்த விவசாய முறையில் ரசாயன உரங்கள், களைக் கொல்லிகள், பூச்சி மற்றும் பூஞ்சாணக் கொல்லிகளைப் பல ஆண்டுகள் பயன்படுத்தி உயிரற்ற நிலையில் உள்ள மண்ணில் உயிர் சக்தி வேளாண் உரங்களைப் பயன்படுத்தி நுண்ணுயிர்களின் வகைகளையும் எண்ணிக்கையும் பெருக்குதல். நுண் ணுயிர்கள் மூலம் ஆகாய வெளியில் உள்ள, பயிருக்குத் தேவையான சில ஊட்டச்சத்துக்களை கிரகித்து, மண்ணில் சேர்ப்பதால் மண்வளத்தை அதிகரித்தல், நுண்ணுயிர்கள் நிலத்தில் பயிர்களால் பயன்படுத்த முடியாத நிலையில் உள்ள ஊட்டச்சத்துக்களை பயிர்கள் பயன்படுத்தக்கூடிய நிலைக்கு மாற்றிக் கொடுத்தல், பிற கோள்கள், நிலாவின் பல்வேறு நிலைகளால் ஏற்படும் விளைவுகளையும் சக்தியினையும் விவசாயத்திற்குப் பயன் படுத்துதல்.

இயற்கைச் சாகுபடி முறைகளான கால்நடைகள் பராமரிப்பு, பயிர் சுழற்சி, இயற்கை கலப்பு உரம் தயாரித்தல், பசுந்தாள் உரம் பயன்படுத்துதல் எனப்படும் முறையினைச் செயல்படுத்துதல் போன்ற பல்வேறு முறைகளைப் பயன்படுத்தி மண்வளத்தை அதிகரிக்கச் செய்து அதன்மூலம் பயிர்களில் நல்ல மகசூலை அடையச் செய்வதாகும்.

மேலும், தரமான மண்ணில் தரமான பயிர்களைச் சாகுபடி செய்து அதன் மூலம் மனிதனுக்கும், அவன் வளர்க்கும் கால்நடைகளுக்கும் தரமான, சீரான, சத்துள்ள, நோய் எதிர்ப்புத் திறன் கொடுக்கும் உணவினை உருவாக்கலாம். தாது பொருட்களையும், இதர சக்திகளையும் இணைத்து உருவான பொருட் களை உட்கொள்வதால் நல்ல உடல்நலமும் மன வளர்ச்சியும் அடைய முடியும்.

ஒரு தாவரத்தின் தாதுப் பொருட்கள் மட்டுமல்லாது, சூரிய ஒளியும் அதனுடன் பிற கோள்களின் சக்தியும் இணைந்து செயல்படும்போது ஏற்படும் துடிப்புள்ள ரசாயன மாற்றத்தால் நல்ல விளைவுகள் உருவாகின்றன. உயிராற்றல் வேளாண்மையில் மண்ணிற்கு உயிரூட்டும் வகையாக பசுமாட்டுச் சாணம் பெரிதளவு பயன்படுகிறது. மேலும், பல இயற்கை மூலிகைச் செடிகளி லிருந்து தயாரிக்கப்பட்ட உரங்களும் பயன்படுகின்றன.

உயிர் சக்தி வேளாண்மை என்பது இந்திய விவசாயிகளுக்கு ஒரு புதிய அணுகு முறையாகும். அதிலும் குறிப்பாக, தமிழக விவசாயிகளுக்கு இந்த அணுகு முறை முற்றிலும் புதியது. இயற்கையாக உள்ள சாணம் கழிவுப் பொருட்களை பயிர்களுக்கு ஏற்ற நல்ல உரமாகத் தயார் செய்து இடுவதன் மூலம் செலவைக் குறைத்து லாபம்பெற சிறந்த வழியாகும். உயிர்சக்தி வேளாண்மையில் கொம்பு சாண உரம், கொம்பு சிலிக்கா உரம், மூலிகை உரங்கள் போன்றவை தயாரிக்கப்படுகின்றது. குடால்ப் ஸ்டைனர் ஒவ்வொன்றிற்கும் ஒவ்வொரு எண் கொடுத்துள்ளனர். அவற்றை இங்கே காண்போம்.

எண்		பெயர்
500	-	கொம்பு சாண உரம்
501	-	கொம்பு சிலிக்கா உரம்
502	-	யாரோ உரம்
503	-	கோமோ மில் உரம்
504	-	செந்தட்டி உரம்
505	-	ஓக் உரம்
506	-	டேன்டோலின் உரம்
507	-	வேலரியான் உரம்

மேலே கூறப்பட்ட உரங்களுடன் சந்திரனின் பிற நிலைகளையும், பிற கோள் களின் நிலைப்பாட்டின் விளைவுகளையும் விவசாயத்திற்குப் பயன்படுத்த வேண்டும்.

இங்கே குறிப்பிட்டுள்ள எல்லா மூலிகை உரங்களையும் விவசாயிகள் தாங்களாகவே தயாரிக்க முடியாமல் போனாலும் அவை கிடைக்கும் இடங்களிலிருந்து வாங்கிப் பயன்படுத்த வேண்டும். மூலிகை உரங்களைப் பற்றி பார்க்கும் முன்னர் கொம்பு சாண உரம், கொம்பு சிலிக்கா உரம் ஆகியவற்றைப் பற்றி காண்போம்.

கொம்பு சாண உரம் - BD *500:* உயிர் சக்தி வேளாண்மையில் இதுதான் முக்கிய மானதாகவும், அடிப்படையானதாகவும் கருதப்படுகிறது. இந்தக் கொம்பு சாண உரம், எந்த ஒரு விவசாய பண்ணையும் ரசாயன சாகுபடியிலிருந்து உயிர்சக்தி வேளாண்மைக்கு மாறிய உடன் பயன்படுத்த வேண்டிய ஒன்று. இதைத் தயாரிப்பதற்கு இயற்கையாக மரணமடைந்த கன்று ஈன்ற பசுமாட்டின் கொம்பு எடுத்து அதில் கன்று ஈன்று பால் கொடுத்துக் கொண்டிருக்கும் பசுவின் சாணத்தை நிரப்பி 1 1/2 அடி ஆழ குழிவெட்டி அதில் கொம்பின் அடிப்பக்கம் கீழ்நோக்கி தரையில் படுமாறு புதைக்க வேண்டும். இதனை செப்டெம்பர் மாத மழைக் காலத்தில் பஞ்சாங்கம் அல்லது காலண்டரில் கீழ் நோக்கு நாள் எனக் குறிப்பிடும் நாட்களில் புதைத்து 4 மாதம் கழித்து மழைக்காலம் முடிந்து ஜனவரியில் கீழ்நோக்கு நாட்களில் எடுக்கலாம்.

இது மண்ணிற்குள் இருக்கும் நேரத்தில் இயற்கையில் உள்ள எல்லா சக்திகளையும், சத்துக்களையும் ஈர்க்கக்கூடிய சூழல் ஏற்படுகிறது. இதனால் கொம்பினுள் வைத்த சாணமானது, மாற்றத்தினால் மட்கு நிலைக்கு மாறிவிடும். கொம்பிலிருந்து எடுத்த உரத்தைப் பீங்கான் அல்லது பிளாஸ்டிக் ஜாடியில் இட்டு குளிரான இடத்தில் பாதுகாத்தால் 2 ஆண்டுகள் வரை பயன் படுத்தலாம்.

ஒரு பிளாஸ்டிக் வாளியில் ஒரு ஏக்கருக்குத் தேவையான 25 கிராம். ஆச்சரியப் படாதீர்கள், தவறாகச் சொல்லவில்லை, 25 கிராம் மட்டுமே எடுத்து 13.5 லிட்டர் வெதுவெதுப்பாக்கப்பட்ட மழைநீரில் கரைத்து ஒரு குச்சி கொண்டு ஆழமாக இடப்புறம் சுழி வருமாறும் பின் வலப்புறம் சுழிவருமாறும் சுழலச் செய்ய வேண்டும். இந்த உரக் கரைசலை ஒரு மணி நேரத்திற்குள் மாதத்தின் கீழ்நோக்கு நாட்களில் மண்ணில் ஈரப்பதம் இருக்கும்போது, மாலையில் சூரியன் மறையக்கூடிய பொழுதில் தெளிக்க வேண்டும்.

இந்த உரம் தயாரிக்க ரசாயன வண்ணக்கலவை (பெயிண்ட்) பூசப்பட்ட கொம்புகளாக இருந்தால் அதை முற்றிலும் அகற்றி, செயற்கை உணவு கொடுக்கப்படாத பசு இடும் சாணத்தைப் பயன்படுத்த வேண்டும். வளமான, அருகில் பெரிய மரங்களோ, மேல்பகுதியில் செடிகளோ இல்லாத இடத்தில் 4 - 5 மாதம் ஈரப்பதம் இருக்குமாறு புதைக்க வேண்டும்.

பசுமாட்டினுள் உணவு செரிமானம் நடைபெறும்போது உண்டாகும் சக்தி தலை வழியாகக் கொம்பு வரை சென்று பின் கொம்பின் நுனியில் உள்ள திடப்பகுதியினால் திரும்பி மாட்டின் உடல்பகுதியை அடைகிறது. ஆகவே

மாட்டின் கொம்புக்குச் சக்தியினைச் சேகரித்து வைக்கும் தன்மை உண்டு. பால் சுரக்கும் பசுமாட்டின் சாணத்தில்தான் அதிகப்படியான இயற்கை சுண்ணாம்புச் சத்து இருக்கிறது. இந்தச் சுண்ணாம்புச் சத்து அதில் உருவாகும் நுண்ணுயிர்களுக்கும், பயிர்களுக்கும் உதவும். கீழ்நோக்கு மண்ணில் அதிகமான செயல்கள் நடைபெறுகின்றன. மேலும், பூமி மாலை நேரங்களில் காற்றினை உள்வாங்கும் தன்மை உடையது.

கொம்பு சிலிக்கா உரம் - BD *501:* இந்த உரத்தை ஒரு பண்ணையில் முதன் முறையாகப் பயன்படுத்துவதற்கு முன் குறைந்தது இரு முறையாவது கொம்பு சாண உரம் தெளித்திருக்க வேண்டும். இல்லையெனில் கொம்பு சிலிக்கா உரத்தின் முழுப் பயனைப் பெற முடியாது. கன்று ஈன்று இறந்த பசுமாட்டின் கொம்பில் நல்லபடிக அமைப்பு கொண்ட சிலிக்கா கல்தூளை தண்ணீரில் கலந்து கூழ்ம நிலைக்கு மாற்றி நிரப்பி கொம்பின் கீழ்ப்பகுதி மேல் நோக்கி இருக்குமாறு *4 - 5* மணி நேரம் வைத்தால் அதிகப்படியான நீர் கொம்பைவிட்டு வெளியே வரும். *1 1/2* குழியில் கொம்பின் அடிப்பாகம் கீழ்நோக்கி வைத்து பிப்ரவரியில் கோடைக் காலத் தொடக்கத்தில் மேல்நோக்கு நாளில் புதைத்து மே அல்லது ஜூன் மாதங்களில் எடுக்கலாம்.

இது கோடைக் காலத்தில் மண்ணிற்குள் இருக்கும் நேரத்தில் கொம்பின் உதவியால் இயற்கையில் உள்ள சக்தியை பெறுகிறது. கொம்பில் இருந்து எடுக்கப்பட்ட கொம்பு சிலிக்கா உரத்தை கண்ணாடி ஜாடிகளில் போட்டு சூரிய ஒளிபடுமாறு ஜன்னல் ஓரமாக வைக்க வேண்டும்.

ஒரு பிளாஸ்டிக் வாளியில் ஒரு ஏக்கருக்குத் தேவையான ஒரே ஒரு கிராம் கொம்பு சிலிக்கா உரத்தை, **13.5** லிட்டர் ஆழ்குழாய் அல்லது மழை நீரில் இடஞ்சுழி, வலஞ்சுழி வருமாறு குச்சியில் கலக்கி ஒரு மணி நேரத்திற்குள், மேல் நோக்கு நாட்களில், காலை நேரத்தில் சூரிய உதயத்தின்போது, புகை மண்டலம் போல் நுண் துளிகளாகப் பயிர்களின் இலைப்பகுதியில் விழுமாறு தெளிக்க வேண்டும். பயிரின் 4 இலைப் பருவத்தில் அல்லது அறுவடைக்கு *10 - 15* நாட்களுக்கு முன் தெளிக்க வேண்டும்.

பூமியுடன் சந்திரனும், சனியும் நேர் எதிர் நோக்கு நாட்களில் தெளித்தால் பழங்கள், காய்கறிகள் தானியங்கள் தரம், ருசி, இனிப்பு உயர்கிறது. ஒளிச்சேர்க்கை அதிகரிக்கிறது. பூஞ்சாண எதிர்ப்புத்திறன் அதிகரிப்பதுடன் சிலிக்காவின் திடத்தன்மையும் பயிர்களும் கிடைக்கிறது.

மூலிகை உரங்கள் *(502 - 507)*

மூலிகை உரங்கள் ஒவ்வொன்றும் ஒரு குறிப்பிட்ட மூலிகைச் செடியிலிருந்து தயாரிக்கப்படுகின்றன. ஒவ்வொரு மூலிகை தாவரமும் குறிப்பிட்ட கோள்களுடனும் தொடர்புடையவையாக இருப்பதால், அந்தக் கோளின் சக்தியை ஈர்த்து நிலத்திற்கும் தாவரங்களுக்கும் கொடுக்கின்றது. இவற்றைப் பயன்படுத்துவதால் அந்தந்தத் தாவரத்தில் உள்ள ஊட்டச் சத்துக்களை

நிலத்திற்கும், தாவரங்களுக்கும் கொடுக்க வல்லவை. மேலும், இவற்றில் உள்ள நுண்ணுயிர்கள் நிலத்தில் குறிப்பிட்ட சத்துவளத்தைப் பெருக்கி, தாவரங்களுக்கு கிடைக்கச் செய்கிறது. எனவே, இவற்றை நிலத்தில் பயன் படுத்துவதால் ஊட்டச் சத்துக் குறைபாடுகள் நிறைவு அடைந்து, வளம் அதிகரிக்கிறது.

மூலிகை உரம் பயன்கள் தொகுப்பு அட்டவணை

உர எண்.	பெயர்	தொடர்புகிரகம் சத்து	உரம் கொடுக்கும் அளவு, பயன்	நுண்ணுயிர்கள்
502	யாரோ Ahelia millifollium	சுக்கிரன்	கந்தகம் சாம்பல் செலீனியம்	காற்று வாழ் பாக்டீரியா 10 மில்லியன்/கி
503	கோமோமில் Maticaria recutita	புதன்	சுண்ணாம்பு தழைச்சத்து 800 மில்லின்/கி	காற்று வாழ் பாக்டீரியா
504	செந்தட்டி Urtica dioeca Urtica pariflora	செவ்வாய்	இரும்பு மாலிப்டினம் வேண்டியம்	காற்றுவாழ் பாக்டீரியா 100 மில்லியன்/கி காற்றற்ற நிலை வாழ் பாக்டீரியா 470 மில்லியன்/கி ரைசோபியம் வரை உதவும்
505	ஓக்மரம் Quercus robur Q alba, Q delidata	சந்திரன்	சுண்ணாம்பு	காற்று வாழ் பாக்டீரியா 2 மில்லியன்/கி காற்றற்ற நிலை வாழ் பாக்டீரியா 70 மில்லியன்/கி நோய் எதிர்ப்புத் திறன் கொடுக்கும்
506	டேன்டலியான் Taraxacum officinalis	வியாழன்	சுண்ணாம்பு மக்னீசியம் பாஸ்பரஸ்	காற்றுவாழ் பாக்டீரியா 300 மில்லியன்/கி சிலிக்கா காற்றற்ற நிலை வாழ் பாக்டீரியா 180மில்லியன்/கி
507	வைலேரியான் Valeriana Officinalis	சனி	சாம்பல் சத்து மணிச்சத்து	காற்று வாழ் பாக்டீரியா 1 மில்லியன்/கி மண் புழுக்களை ஈர்த்து அதன் பெருக்கத்திற்கு உதவும்

மூலிகை உரங்கள் தயாரிப்பு விவர அட்டவணை

உர எண்.	பெயர்	பயன்படும் பகுதி	விலங்கின் உறுப்பு	காலம்	பருவகாலம்
502	யாரோ	பூ	ஆண் மானின் சிறுநீரகப்பை	12 மாதம்	கோடையில் தொங்கவிட்டால் 6மாதம் மண்ணில் குளிர் காலத்தில் 6 மாதங்கள்
503	கோமோமில்	பூ	பசுமாட்டின் சிறுகுடல்	4 - 6 மாதம்	மண்ணில் குளிர் காலத்தில்
504	செந்தட்டி		இலையும் தண்டும்	12 மாதம்	மண்ணில் குளிர் கோடைகாலத்தில்
505	ஓக் மரம்	மரப்பட்டை	பசுமாட்டின் தலை ஆட்டின் தலை	4 - 6 மாதம்	குளிர்காலத்தில் மாட்டு நிறைந்த தண்ணீரில்
506	டேண்டலி யான்	பூ	பசுவின் அடி வயிற்றின்	4 - 6 மாதம்	மண்ணீல் குளிர் காலத்தில் கோமுப்புஜவ்வு
507	வெலேரியான்	பூ	-	7 நாள்	பூக்களை கூழாக்கி மேல்நோக்கு நாளில் நுரைக்க வைத்தல்

இந்த மூலிகை உரங்களை நாம் இயற்கை கலப்பு உரம், சாண மூலிகை உரம் மற்றும் திரவ உரம் ஆகியவைகளைத் தயாரிப்பதற்குப் பயன்படுத்தலாம். பின் இந்த உரங்களை நிலத்திற்கும், பயிர்களுக்கும் பயன்படுத்தலாம்.

இந்த மூலிகைகள் அனைத்தும் குளிர்ப் பிரதேசங்களில் களைகள் போன்று எளிதாகக் காணப்படுகின்றன. ஆனால், வெப்ப நாடான நம் நாட்டில் காண்பதற்கு அரிதாக உள்ளது. கொடைக்கானல் போன்ற மலைப்பகுதியில் சில தனியார் பண்ணைகளில் இதற்கென சாகுபடி செய்யப்பட்டு, மூலிகை உரங்கள் தயார் செய்யப்படுகின்றன.

இந்த மூலிகைச் செடிகளின் பூக்கள் குறிப்பிட்ட விலங்கின் உறுப்போடு சேர்த்து மண்ணில் புதைக்கப்படுகின்றன. குறிப்பிட்ட காலத்திற்குப்பின் அவை மண்ணிலிருந்து எடுக்கப்படும்போது, நன்கு மக்கிய நிலையில் மூலிகை உரங்களாகக் கிடைக்கின்றன. குறிப்பிட்ட விலங்கின் தன்மை,

குறிப்பிட்ட மூலிகை தாவரம் தொடர்புடைய கோள்களின் தன்மைக்குத் தொடர்புடையது. மேலும் இந்த விலங்கின் பாகங்கள் மூலிகைகளில் சிலவகை நுண்ணுயிர்களைப் பெருக்குவதற்கு உதவுகின்றது. ஸ்டைனரின் ஐந்தாவது உரையில் இவற்றைத் தயாரிக்கும்முறை மற்றும் விளக்கங்களைக் காணலாம்.

மூலிகை உரங்களைப் பயன்படுத்தி இயற்கைக் கலப்பு உரம் திரவ உரங்கள், சாண மூலிகை உரம் தயார் செய்யலாம்.

1. இயற்கை கலப்பு உரம்

ஐந்து கன மீட்டர் கொள்ளளவு கொண்ட உரக்குவியலுக்கு 502, 503, 504, 505, 506 ஆகிய உரங்களில் தலா ஒரு கிராம் என்ற அளவு எடுத்துக் கொள்ள வேண்டும். ஒவ்வொன்றையும் தனித்தனியே நன்கு மக்கிய சாண எருவில் அல்லது இயற்கை கலப்பு உரத்தில் ஒரு கைப்பிடி அளவு எடுத்து அதனுள் வைக்க வேண்டும். பின் உரக்குவியலின் பக்கவாட்டில் கடப்பாரையில் குவியலின் நடுப்பக்கம் செல்லும் அளவுக்கு ஐந்து சிறிய துவாரங்கள் இட்டு அதனுள் மட்கிய எருவினுள் வைக்கப்பட்ட மூலிகை உரங்கள் ஒவ்வொன்றையும் ஒவ்வொரு துவாரத்தினுள் இட்டு மூடிவிட வேண்டும். 507 என்ற 5% உரச் சாற்றில் 10 மில்லி எடுத்து 5 லிட்டர் சுத்தமான நீரில் கலந்து ஒரு குச்சியில் இடஞ்சுழி, வலஞ்சுழி வருமாய் 20 நிமிடம் சுழற்றி மேற்புறம் இரு குழிகள் நடுப்பகுதி செல்லும் அளவுக்கு இட்டு அதனுள் ஒவ்வொன்றிலும் 1.5 லிட்டர் அளவு ஊற்றி மீதமுள்ளதை உரக்குவியலின் மேல்பகுதியில் தெளித்துவிட வேண்டும்.

2. திரவ உரங்கள்

200 லிட்டர் திரவ உரம் தயாரிக்க 502, 503, 504, 505, 506 ஆகிய உரங்களில் ஒவ்வொன்றையும் ஒரு கிராம் என்ற அளவு எடுக்க வேண்டும். ஒவ்வொன்றையும் தனித்தனியாக நன்கு மக்கிய சாண எருவில் ஒரு கைப்பிடி அளவு எடுத்து அதனுள் வைத்து பின் சிறிதளவு தென்னை நார் கழிவு அல்லது மக்காத இலை தழைகளை மேல் வைக்க வேண்டும். இதனை திரவ உரத்தில் தனித்தனியாக மிதக்கவிட வேண்டும். இவ்வாறு செய்வதால் உரத்தின் சாறும் நுண்ணுயிர்களும் மேலிருந்து கீழ்நோக்கி செயல்படும். 507 மூலிகை உரத்தின் 5 % உர சாற்றில் 10 மில்லி எடுத்து 3 லிட்டர் நீரில் கலந்து ஒரு குச்சியில் இடஞ்சுழி, வலஞ்சுழி வருமாறு சுழற்றி பின் திரவ உரத்தினுள் ஊற்ற வேண்டும்.

3. சாண மூலிகை உரம்

60 கிலோ சாணம் கொண்டு தயாராகும் சாண மூலிகை உரத்திற்கு 502, 503, 504, 505, 506 ஆகிய உரங்களில் தலா 2 கிராம் எடுத்து குழியில் உள்ள சாணக் கலவையின் மேல் பகுதியில் ஏழு குழிகள் இட்டு அவற்றில் ஐந்து குழிகளில் மூலிகை உரங்கள் ஒவ்வொன்றையும் தனித்தனியே இட்டு சாணத்தினால் மூட வேண்டும். 507 மூலிகை உரத்தின் 5% சாற்றில் 20 மில்லி எடுத்து 3 லிட்டர்

நீரில் கலந்து ஒரு குச்சியில் இடஞ்சுழி, வலஞ்சுழி வருமாறு சுழலச் செய்து மீதமுள்ள இரண்டு குழிகளில் ஊற்றி சாணம்கொண்டு மூடிவிட்டு மீதமுள்ள கரைசலை மேல்பகுதியில் தெளித்துவிட வேண்டும்.

சாகுபடி செய்யப்படும் பயிரில் சில ஊட்டச்சத்து குறைபாடு இருப்பது காணப்பட்டால் அந்த ஊட்டச்சத்து நிறைந்த மூலிகை உரத்தை ஏக்கருக்கு 10 - 15 கிராம் எடுத்து 15 லிட்டர் நீரில் கலந்து ஒரு குச்சியால் இடப்புறம், வலப்புறம் சுழி வருமாறு மாறி மாறி சுழற்றி நேரடியாகப் பயிரின் மேல் தெளிக்க வேண்டும். இவ்வாறு செய்தால் அந்த ஊட்டச்சத்து குறைபாடு பயிர் நன்கு வளரும்.

கொம்பு சாண உரத்தை வருடத்திற்குக் குறைந்தது இரண்டு முறையாவது மண்ணில் ஈரப்பதம் இருக்கும் நாட்களில் உபயோகிக்க வேண்டும். சாண மூலிகை உரத்தையும், கொம்பு சாண உரத்துடன் சேர்த்துப் பயன்படுத்த வேண்டும். 502 - 507 மூலிகை உரங்களை இயற்கை கலப்பு உரம், சாண மூலிகை உரம் ஆகியவற்றின் வழியாக நிலத்திற்குப் பயன்படுத்த வேண்டும்.

இயற்கை கலப்பு உரத்தை மண்ணின் அமைப்பு மாறுமளவிற்கு மக்குத் தன்மை அதிகரிக்கும் வரையில் போதிய அளவு ஒவ்வொரு பயிர்ச் சாகுபடி நிலையிலும் நிலத்தில் இடவேண்டும். இந்த உயிர்ச்சக்தி வேளாண் உரங்களை அதிகப்படியாகப் பயன்படுத்துவதனால் மண்ணில் பயன்தரும் நுண்ணுயிர்களின் பெருக்கத்தையும் மண்ணின் மக்கின் அளவையும் அதிகரிக்கச் செய்து பிற கோள்களின் கதிரியக்கச் சக்தியினை பயிர் வளர்ச்சிக்குப் பெற்றுத்தர உதவுகிறது.

நவீன ரசாயன இடுபொருட்களைக்கொண்டு விவசாயம் செய்யப்பட்டு வரும் ஒரு தோட்டத்தை, உயிர்சக்தி வேளாண் நிர்வாக முறைக்கு மாற்றவேண்டும் என்ற தீர்மானத்தை முதலில் அந்தத் தோட்டத்து நிர்வாகியான விவசாயி முழுமையாக முடிவு செய்ய வேண்டும்.

இதற்கு மேலாக தான் செய்யப் போகும் உயிர் சக்தி வேளாண் முறை நல்லது, நன்மைத் தரக்கூடியது என முழுமையாக நம்பவேண்டும். இவ்வாறு முடிவெடுத்து முழுமையாக நம்பிக்கையோடு செயல்பட்டால் முழு ஈடுபாட்டைக் கொடுக்கும். அப்போதுதான் எடுக்கும் முயற்சிகளில் வெற்றி யடைய முடியும். இவ்வாறு இல்லாமல் ஏதோ கூறுகிறார்கள் செய்து பார்க்கலாம் என்று அவ நம்பிக்கையுடன் செயல்பட்டால், ஒருவித ஈடுபாடுமின்றி, மனப்பூர்வமாக இல்லாமல் செயல்பட்டால் முழு வெற்றியை அடையவே இயலாது.

இரண்டாவதாக, தோட்டத்தின் மண், நீர் வளம், அதன் சுற்றுப்புற சூழல் முதலியவற்றை நன்கு தெரிந்துகொள்ள வேண்டும். ஏனென்றால் உயிர்சக்தி மற்றும் இயற்கை வேளாண் முறைகளை எவ்வாறு செயல்படுத்துவது, எவ்வாறு நான் செய்வது, எப்போது செய்வது என்பன பற்றி அப்போதுதான் முடிவெடுக்க முடியும்.

ஒவ்வொரு தோட்டத்தின் மண், சுற்றுச் சூழல், நீர்வளம் முதலியவற்றை அடிப்படையாக வைத்துத்தான் மேலே கூறப்பட்ட கேள்விகளுக்கு முடிவு செய்ய இயலும். மேலும், அந்தத் தோட்டத்தில் முன்னர் பயன்படுத்தப்பட்ட ரசாயன இடுபொருட்களின் நச்சு எச்சம் எவ்வளவு மண்ணில் இருக்கிறது. அதே மண்ணில் மக்குத் தன்மை எவ்வளவு உள்ளது போன்ற சில கூறுகளையும் அடிப்படையாக மனத்தில் வைத்துக் கொண்டு புதிய முயற்சிகளை செயல்படுத்த வேண்டியது அவசியம்.

தோட்டம் முழுமையான மாற்றம் அடைய தேவைப்படும் காலம் தோட்டத்திற்குத் தோட்டம் மாறுபடும். முக்கியமாக ரசாயனத்தால் மண் அடைந்துள்ள சேதம், மண்ணில் தற்போது எஞ்சியுள்ள பயன் தரக்கூடிய நுண்ணுயிர்களின் எண்ணிக்கை, இயற்கை மற்றும் உயிர் சக்தி வேளாண் முறைகளைச் செயல்படுத்தும் முறை, அதன் அளவு அந்தத் தோட்டம் அமைந்துள்ள இடத்தின் தட்பவெப்பநிலை போன்ற பல காரணங்களைப் பொறுத்து மாற்றம் அடையத் தேவைப்படும் காலம் வேறுபடும். ஆகவே விவசாயி மேலே கூறப்பட்ட அனைத்துக் காரணங்களையும் முழுமையாகத் தெரிந்து கொள்ள வேண்டும்.

இவ்வாறு தோட்டத்தின் நிலையினை முழுமையாகப் புரிந்து கொண்டால் இயற்கை மற்றும் உயிர்சக்தி வேளாண் முறைகளை சரியான நேரத்தில் சரியான அளவில், தேவைப்படும் காலம் வரை ஒரு ஈடுபாட்டோடு செய்ய முடியும். மாறாக, பொதுப்படையான அறிவுரைகளையும் முயற்சிகளையும் மட்டும் மனத்தில் வைத்துச் செயல்பட்டால் முழுமையான மாற்றத்தை அடைய முடியாது. தவற்றை நாம் செய்துவிட்டு இயற்கை மற்றும் உயிர்சக்தி வேளாண் முறைகளைக் குறை கூறுவது சரியில்லை அல்லவா?

12. 0 பட்ஜெட்

இயற்கை வேளாண்மையில் எத்தனையோ முறை உண்டு என்பதை விளக்கமாகப் பார்த்தோம். அத்தனையும் ஒருமித்து சொல்லும் கருத்து: அன்னிய உப்பு உரங்களும், செயற்கை நஞ்சும், வீரிய விதைகளும், மரபணு மாற்றப் பயிர்களும் வேண்டவே வேண்டாம்.

சிங்க மராட்டியராக மேடைதோறும் முழங்கிவரும், ஒரு பெரிய போர்ப் படையையே திரட்டிய வீரசிவாஜிபோல, தமிழக விவசாயிகளின் மனத்தைக் கொள்ளை கொள்ள வந்திருக்கும் புதுவரவு 'ஜீரோ பட்ஜெட்'. பைசா செலவில்லாத பண்ணையம்.

மராட்டிய மாநிலத்து குக்கிராமமொன்றில் பிறந்த சுபாஷ் பாலேக்கர் ஒரு வேளாண் பட்டதாரி. பூதாண இயக்க பிதாமகர் ஆச்சாரிய வினேபாபாவோ வின் சீடர். தன்னுடைய வேளாண் பட்டப்படிப்பு முடிந்ததும் வினோபாபா விடம் ஆசி வாங்க நிற்கின்றபோது, நீ வெறும் அரசு வேளாண் அலுவலராகப் பணியாற்ற வேண்டாம். பழங்குடி மக்களுக்காவும், பாவப்பட்ட ஏழை மக்களுக்காகவும் பாடுபடு என்றாராம்.

அவரின் வாக்கினை தெய்வத்தின் குரலாய் எடுத்துக்கொண்டு, தன்னுடைய 36 ஏக்கர் நிலத்தில் அதிதீவிர வேளாண்மை செய்யத் தொடங்கினார். வேளாண் பல்கலைக் கழகம், விஞ்ஞானிகள், அலுவலர்கள் என அனைவரின் பேச்சினை அப்படியே வரிக்கு வரி பின்பற்றி செயல்பட்டதில் பின்னடைவு தொடங்கியது. 1985-ல் அபரிமிதமான தோல்வி. தோல்வியின் பயணம் தொடங்கும்போது சுவாஷ் பாலேக்கரின் தேடுதல் பயணமும் தொட்ங்கியது.

முற்காலத்தில் ஞானிகளுக்கு ஆரண்யத்தில்தான் ஞானம் கிடைத்தது. சுபாஷ் பாலேக்கருக்கும் ஆரண்யத்தில் ஞானம் கிடைத்தது. 1985 முதல் 1989 வரை அடர்ந்த காடுகளின் ஊரே குறுக்கும் நெடுக்குமாக, மேலும் கீழுமாக அலைந்து திரிந்தார். காட்டில் எவரும் வேளாண்மை செய்யவில்லை. உழவு செய்யவில்லை. விதை விதைக்கவில்லை. பூரியா, காம்ளெக்ஸ், எக்காலக்ஸ், எண்டோ சல்பான் எதுமே போடவில்லை. ஆனால், பச்சைப் பசேல் என மரஞ்செடி கொடிகள். பெரிய மரம், அதில் கொடி. சின்னமரம், புதர், புல். ஒன்றுக்கொன்று விட்டுக் கொடுத்து வாழ்ந்தது. மனிதனின் உதவியே இல்லாமல் அதுவும் காய்கனிகள் கொடுக்கின்றது. மீண்டும் மீண்டும் இயற்கையின் அடி ஆழத்தை ஆய்வு செய்ததில் சுபாஷ் பாலேக்கரின் சபாஷ்

போட வைக்கும் கண்டுபிடிப்பதுதான், ஜீரோ பட்ஜெட் ஃபார்மிங் எனும் பைசா செலவில்லாத விவசாயம்.

இந்த ஜீரோபட்ஜெட் ஃபார்மிங்கின் ஹீரோ யார் தெரியுமா? நட்டுப்பசுதான்.

ஒரே ஒரு நாட்டுப் பசுவின் சாணத்தையும், சிறுநீரையும் மட்டுமே கொண்டு 30 ஏக்கர் நிலத்திற்கு செலவே இல்லாமல் எரு இட்டு அபரிமிதமான மகசூல் எடுக்கலாம். ஜீரோ பட்ஜெட் முறையைப் பின்பற்றினால் தற்போது பயன்படுத்துவதில் 10% தண்ணீர் மட்டும் போதும். மற்ற முறையைப்போல மண் மாற்றமடைய, பலன் குறைவின்றி எடுக்க பல ஆண்டுகள் காத்திருக்கத் தேவையே இல்லை. முதல் ஆண்டிலிருந்தே முழுமையான பலனையும் பெய இயலும்.

ஒரு பசு. நாட்டுப் பசு இருந்தால். வேறு எந்தவிதமான வெளி இடுபொருள் இல்லாமல் 60 டன் கரும்பு மகசூல் எடுக்கலாம். 2400 கிலோ நெல் அறுவடை செய்யலாம்.

நம்முடைய பயிர் மூன்று விதமாக வேலை செய்கின்றது. முதலில் வருவது, புவி ஈர்ப்பு சக்தி. வானத்தில் இருந்து வீழ்கின்ற மழைத்துளியை பூமியானது புவி ஈர்ப்பு சக்தி மூலம் இழுத்து தனதாக்கிக் கொள்கின்றது. இரண்டாவது, கீழே இருந்து மேலே செல்கின்ற சக்தி. இதன் மூலம் மண்ணில் உள்ள நுண் ஊட்டச்சத்துக்களை வேர்களுக்கு அருகே கொண்டு வந்து சேர்க்கின்றது. மூன்றவாது, கட்டுப்படுத்தும் சக்தி. பயிர் ஆரோக்கியமாக வளர்ச்சியடைய இது உதவுகிறது.

பயிர்களின் உற்றத் தோழன் நாட்டு மண்புழு வகைகள். ஐசீனியா ஃபெட்டிடா எனும் வெளிநாட்டு மண்புழுக்கள் நமக்குத் தேவையில்லை. இவைகள் மண்ணில் இருந்து ஆர்சானிக் நஞ்சு, காட்மியம், ஈயம் போன்ற உடலுக்குக் கேடு விளைவிக்கக் கூடிய பொருட்களை மண்ணிலிருந்து பிரித்து எடுத்து மேலே கொண்டு வந்து சேர்க்கும் வேலையைத்தான் செய்கின்றது. இந்தக் கேடு விளைவிக்கும் பொருட்களை பயிர்களில், தானியங்களில், காய்கறிகளில், பழங்களில் தங்கி மனித உடலில் கலந்துவிடுகின்றன. இதனால் புற்றுநோய் போன்ற கொடிய நோய்கள் உருவாகின்றது.

சுபாஷ் பாலேக்கரின் சித்தாந்தப்படி, ரசாயன விவசாய முறைகள் அதிகப்படியான செலவை இழுத்துவிடுவதாக இருக்கின்றன. யூரியா கிலோ விலை 5 ரூ 12 பைசா. ரசாயன பூச்சி மருந்து லிட்டர் விலை ரூ. 300. ஆக விவசாயிகள் கணிசமான அளவில் செலவைக் குறைக்க வேண்டுமெனில் மண் புழுக்களை நிலத்தில் வேலை செய்ய வைத்தாக வேண்டும். நாட்டு மண்புழுக்கள் 15 அடிக்கும் கீழே வாழுகின்ற வல்லமையுடையவை. அதிக ஆழத்திலிருக்கும் நுண்சக்திகளை மேலே கொண்டு வருகின்றன. இதற்கென பூமியைத் துளைத்து ஓட்டைகளை செய்கின்றன. மழைநீரும், பாசன நீரும் மேலுள்ள சத்துக்களை கரைத்துக்கொண்டு இறங்கி வேர்கள் வழியே பயிருக்கு சென்றடைகின்றன.

நாட்டுப் பசுமாட்டின் சாணத்தில்தான், நாட்டு மண் புழுக்கள் பல மடங்கு பெருகுகின்றன. நாட்டுப் பசுக்களின் சாணத்தின் வாசனையைக் கண்டவுடன் 15 அடி ஆழத்திலிருந்தும்கூட மண்புழுக்கள் மேலே வந்துவிடுகின்றன. சீமைப் பசுக்களின் சாணத்தை மண்புழுக்கள் சீந்துவதில்லை.

பசுவை காமதேனு என இந்து மதத்தில் அழைப்பர். காமதேனு என்பது நாம் விரும்பியதையெல்லாம் தரவல்லது. பயிருக்குத் தேவையான அனைத்து வகையான சத்துக்களையும் உற்பத்தி செய்கின்ற உரத்தொழிற்சாலை. சுபாஷ் பாலேக்கர் இதில் விரிவான பல்வேறு ஆய்வுகளை செய்துள்ளார். ஏக்கர் ஒன்றிற்கு 1000 கிலோ சாணத்தில் தொடங்கியது இவரின் ஆய்வு. 900, 800, 700, 600, 500, 400, 300, 200, 100, 50 எனக் குறைந்து இறுதியாக 10 கிலோ மட்டுமே போதுமானது என முடிவு செய்துள்ளார்.

பாக்டீரியாக்கள் நிறைந்த உறைமோர் சிறிது ஊற்றி பாலை தயிராக மாற்றும் செயலுக்குத் துணை நிற்பதைப்போல. மண்ணில் வாழும் கோடானுகோடி நுண்ணுயிர்கள் பலமடங்கு பெருகுவதற்கு 10 கிலோ நாட்டுப் பசுவின் சாணம் போதுமானது.

அசைந்து ஆடிவரும் அழகிய தேர் வீதிகளில் ஓடிவர எவ்வாறு நான்கு சக்கரங்கள் தேவை. அது மாதிரி, ஜீரோ பட்ஜெட் விவசாயத்திற்குத் தேவையானது நான்கு.

1. பீஜாமிர்தம்

ரசாயன விவசாயத்தில் விதை நேர்த்தி செய்ய பலிஸ்டின், செரோன் போன்ற விஷ மருந்துகளை பயன்படுத்துவர். விதைகளில் உள்ள பூஞ்சாணங்களை அழிக்க இதனைப் பயன்படுத்துகின்றனர். எனவே, இந்தச் செயற்கை விஷங்களை பயன் படுத்துவது தவறு. அதற்குப் பதிலாக பீஜாமிர்தத்தைத் தயார் செய்யலாம். இதுதான் தேரின் முதல் சக்கரம். பீஜாமிர்தம் தயாரிப்பது எவ்வாறு என்று பார்போம்.

தண்ணீர் 20 லிட்டர், பசுமாட்டுச் சாணி 5 கிலோ, கோமியம் 5 லிட்டர், நல்ல நுண்ணுயிரிகள் இருக்கும் மண் ஒரு கைபிடி அளவு. இவற்றை ஒன்றாகச் சேர்த்து நன்றாகக் கலக்கவேண்டும். மாலை 6 மணி முதல் மறுநாள் காலை 6 மணி வரை 12 மணிநேரம் நன்கு ஊறவிடவேண்டும்.

அதன் பிறகு சுத்தமான சுண்ணாம்பு 50 கிராம் போட்டு அதைக் கலக்க வேண்டும். அதன் பிறகே அந்த விதையை அந்த பீஜாமிர்தம் கரைசலில் நனையவிட்டு, விதைக்க வேண்டும். கரைசலில் சுமார் 2 மணிநேரம் விதைகளை நனையவிட்டால் போதும். பயிர்களைத் தாக்கும் வேர் அழுகல், வேர்க்கறையான் வேர் புழு நோய்கள் தடுக்கப்படுகின்றன.

2. ஜீவாமிர்தம்

இது பயிருக்கு ஊட்டச்சத்து கொடுக்கும் உணவு அல்ல, நுண்ணுயிர்கள் வளர்வதற்கான கலவை. இதனை உண்ணும் நுண்ணுயிர்கள் பயிர்களுக்குச்

சத்துக்களை வழங்குகின்றன. இந்த ஜீவாமிர்தம் பற்றி ஏற்கெனவே கொஞ்சமாகப் பார்த்தோம். மானாவரி நிலங்களுக்கு கனஜீவாமிர்தம் பயன் படுத்தலாம். இந்த ஜீவாமிர்தம் தேரின் இரண்டாவது சக்கரம்.

பசுஞ்சாணம் 10 கிலோ, கோமியம் 10 லிட்டர், வெல்லம் 2 கிலோ, பயறு மாவு (உளுந்து, துவரை ஏதேனும் ஒன்று) 2 கிலோ, தண்ணீர் 200 லிட்டர் இவற்றுடன் நிலத்தின் உயிரோட்டமான மண் ஒரு கைப்பிடி அளவு சேர்த்து பிளாஸ்டிக் மரம் அல்லது சிமெண்ட் தொட்டியில் கரைத்து மர நிழலில் வைக்க வேண்டும். காலை, பகல், மாலை என மூன்றுமுறை வலதுபுறமாகக் கலக்கிவிட்டால் இரண்டே நாளில் ஜீவாமிர்தம் தயார். இது ஒரு ஏக்கருக்கான அளவு. பாசன நீரிலேயே கலந்துவிடலாம்.

கன ஜீவாமிர்தம் மானாவாரி நிலங்களுக்கானது பசுஞ்சாணம் 100 கிலோ, 2 கிலோ வெல்லம், 2 கிலோ பயறு மாவு போதும். இவையெல்லாம் ஒன்றாகக் கலந்து கொள்ளுங்கள். தேவையான அளவு கோமியத்தைத் தெளித்து உப்புமா பதத்திற்கு வருமாறு புரட்டி வைத்தால் அது கன ஜீவாமிர்தம்.

நெல், கம்பு, கேழ்வரகு, சோளம், கொண்டைக் கடலை, எள், உளுந்து போன்ற 120 நாட்கள் பயிர்களுக்கு ஜீவாமிர்தம் விதைப்பு செய்த 30 நாட்கள் கழித்து 100 லிட்டர் நீரில் 5 லிட்டர் ஜீவாமிர்தம், 60 நாளில் 150 லிட்டர் நீரில் 10 லிட்டர் ஜீவாமிர்தம், 90 நாளில் 200 லிட்டர் நீரில் 20 லிட்டர் ஜீவாமிர்தம் தெளிக்க வேண்டும். நான்காவது தெளிப்பு பயிர்கள் பால்பிடிக்கும் நேரத்தில் 200 லிட்டர் நீரும் 5 லிட்டர் புளித்த மோரும் கலந்து தெளிக்க வேண்டும்.

ஆறு மாத பயிர்களான துவரை, பருத்தி, கத்தரி, பப்பாளி போன்றவைகளுக்கு 30-வது நாளில் 100 லிட்டர் நீரில் 5 லிட்டர் ஜீவாமிர்தம், 60-வது நாளில் 150 லிட்டர் நீரில் 10 லிட்டர் ஜீவாமிர்தம், 90-வதுநாளில் 200 லிட்டர் நீரில் 20 லிட்டர் ஜீவாமிர்தம் தெளிக்க வேண்டும். பயிர் பலன் கொடுக்க தொடங்கும் நேரத்தில் 200 லிட்டர் நீரும் புளித்த மோரும் கலந்து தெளிக்க வேண்டும். ஐந்தாவது தெளிப்புக்கு மட்டும் பயறு வகை மாவை கலந்து தெளிக்க வேண்டும். பச்சைப்பயறு, காராமணி, கொள்ளு, கொண்டைக் கடலை போன்ற பயறு வகைகளுடன் எள் மற்றும் கேழ்வரகு போன்றவற்றை இதற்கு பயன்படுத்த வேண்டும்.

இவற்றை தலா 100 கிராம் வீதம் எடுத்து தூவி ஊற வைத்து, பின்பு பருத்தி நூல் துணியில் கட்டி வைக்க வேண்டும். எள்ளை மட்டும் தனியாக ஒரு பாத்திரத்தில் ஊற வைக்க வேண்டும். முளைகட்டியதும் எல்லாவற்றையும் அம்மி அல்லது ஆட்டுரலில் போட்டு ஆட்டி மாவாக எடுத்துக் கொள்ள வேண்டும். எள்ளையும் உடன்சேர்த்து அரைக்க வேண்டும். இந்த மாவை 200 லிட்டர் நீர் 10 லிட்டர் கோமியம் ஆகியவற்றுடன் கலந்து 24 மணி நேரம் நிழலில் வைத்திருந்து, பின்பு பயிர்களுக்குத் தெளிக்க வேண்டும்.

கரும்பு, வாழை போன்ற ஒரு ஆண்டுப் பயிர்களுக்கு 5 மாதம் வரை கடலை, நெல் போன்றவற்றுக்குத் தெளிப்பது போலவே தொழில்நுட்பங்களைப் பின்பற்றலாம். 6 மற்றும் 8-வது மாதங்களில் 200 லிட்டர் நீரில் 20 லிட்டர் ஜீவாமிர்தம் கலந்து தெளியுங்கள். 9-வது மாதம் நவதானிய கரைசல் தெளிக்கலாம். தென்னை, மா போன்ற பல ஆண்டு பயிர்களுக்கு இதே முறையில் தயாரிக்கலாம்.

3. மல்ச்சிங் எனும் மூடாக்கு

இது ஜீரோ பட்ஜெட்டின் மூன்றாவது சக்கரம். சூரிய ஒளி படுமாறு மண்ணை திறந்து போடக்கூடாது. மக்கக்கூடிய தன்மையுடைய காய்ந்த இலைதழைகள், மக்குகள் போன்றவற்றை நிலத்தின் மேல் போர்வையாகப் போர்த்தி மூடிவிட வேண்டும். இதனால் மண்ணிலிருந்து நீர் ஆவியாகி வீணாவது நடைபெறும். மூடாக்காகப் பயன்படுத்தப்படும் அங்ககப் பொருட்கள் சிதைந்து, உருமாறி மக்கி ஹீயூமஸ் எனப்படும் மக்குப் பொருட்கள் உருவாகும்.

காய்ந்த பொருட்களைத்தான் மூடாக்காகப் பயன்படுத்த வேண்டுமென்பதில்லை. நிரந்தர பயிர்களான, ரப்பர், தென்னை, மா போன்றவைகளுக்கு உயிர் மூடாக்குப் பயன்படுத்தலாம். காணம், தட்டைப்பயறு, அவரை, உளுந்து, கலப்பக்கோணியம் போன்ற காற்றில் உள்ள தழைச்சத்தைக் கிரகித்து வேர் முடிச்சுகளின் மூலம் மண்ணில் நிலை நிறுத்தும் பயிர்களை விதைத்தால் பச்சைக் கம்பளம் விரித்ததுபோல, உயிர் மூடாக்காக இருக்கும். இவ்வகைப் பயிர்களில் கிடைக்கும் மகசூலும் ஒரு உபரி வருமானமாகவும் இருக்கும்.

4. வாஸ்பா

நீரை சிக்கனமாகப் பயன்படுத்தி மண்ணுக்கு காற்றோட்டத்தை ஏற்படுத்தி ஜீவனுள்ள மண்ணாக வைத்துக் கொள்ளும் முறைதான் வாஸ்பா. இது ஜீரோ பட்ஜெட் பண்ணைத் தேரின் நான்காவது சக்கரம். நீர்ப்பாசனம் பயிர்களின் வேர்களிருக்கும் இடத்திற்குச் சென்றடைய வேண்டும். மரங்களின், பயிர்களின் உறிஞ்சுவேர்கள் அதன் கேனாமி எனப்படும் நிழற்குடை வட்டத்தின் வெளி விளிம்பில் உள்ளது. உச்சிப் பொழுதில் ஒரு மரத்தின் கீழ் நின்றால் அதன் நிழல் பூமியில்படும்.

இந்த நிழல் விழும் வெளி விளிம்பில் சத்துக்களை உறிஞ்சும் நுண்ணிய வேர்கள் உள்ளன. இந்த நிழல் குடைக்கு வெளியில் பாய்ச்சப்படும் நீர் வீணாகத்தான் போகும். அடிமரத்தில் பாய்ச்சப்படும் நீரும் வீணே. நீர்ப்பாசனத்தை இவ்வாறு வரைமுறைப்படுத்த வேண்டும். பயிர்களுக்குத் தேவையான தண்ணீர் நாம் நீர்ப்பாசனம் செய்வதால் மட்டும் முழுமையாகக் கிடைத்து விடுவதில்லை. காற்றிலுள்ள ஈரப்பதத்தை இலைகள் வழியாகவும் எடுத்துக் கொள்கிறது.

நான்கு சக்கரத்துடன் தேரோடும் வீதிவழியே ஆடி அசைந்து வரும் தேரை திசைதிருப்ப போடப்படும் முட்டுக்கட்டைகள் போல, பயிர் பூச்சி நோய்களால் தாக்கப்படுகின்றது. சுமார் 200 வகை பூச்சி இனங்கள்

பயிர்களைத் தாக்குகின்றன. இந்தப் பூச்சி இனங்களை தாக்கி அழிக்கக்கூடிய நன்மை செய்யும் பூச்சி இனங்கள் 250 வகை உள்ளன.

நாம் செய்ய வேண்டிய ஒரே பணி நன்மை செய்யும் பூச்சி இனங்களை கவர்ந்திழுக்கும் பயிர்களை ஓரக்கால் பயிராகவும், ஊடு பயிராகவும், சாகுபடி செய்வதும் ஆகும். தட்டைப்பயறு, துளசி, மிளகாய், மக்காச்சோளம், துளுக்கச் சாமந்தி, கம்பு, துவரை போன்றவைகள் நன்மை செய்யும் பூச்சி வகைகளை கவர்ந்திழுக்கும் பயிர்களாகும்.

பூஞ்சாண நோய்களைக் கட்டுப்படுத்த 200 லிட்டர் நீரில் 2 கிலோ சாணம் 10 லிட்டர் கோமியம், 5 கிலோ வேப்ப இலை, 5 கிலோ சீத்தாப்பழ இலை போட்டு ஊறவைக்க வேண்டும். காலை, நண்பகல், மாலை என மூன்று வேளையும் வலதுபுறமாக நன்கு கலக்கிவிடவேண்டும். இரண்டு நாட்களுக்குப்பின் தெளிக்கலாம்.

சாறு உறிஞ்சும் பூச்சிகளை கட்டுப்படுத்த 200 லிட்டர் தண்ணீர், 20 கிலோ சாணம், 10 லிட்டர் கோமியம், 10 கிலோ வேப்பங்குச்சிகளை போட்டு ஊறவைத்து விடுங்கள். 48 மணி நேரம் ஊறவேண்டும். காலை, பகல், மாலை என மூன்று வேளை கடிகாரம் சுற்றும் திசையில் வலது புறமாகக் கலக்கிவிட்டு பின் தெளிக்கலாம். இதனை **நீம் அஸ்திரா** என்று அழைக்கிறார்கள்.

கோமியம் 20 லிட்டர், புகையிலை 1 கிலோ, பச்சை மிளகாய் 2 கிலோ, வெள்ளைப் பூண்டு 1 கிலோ, வேப்ப இலை 5 கிலோ இவற்றை மண்பானையில் (வேறு பாத்திரங்கள் பயன்படுத்தக்கூடாது. ஏனெனில் கொதிக்கும்போது வேதியியல் மாற்றங்கள் ஏற்பட்டு, அக்கினி அஸ்திரம் பலம் இழக்கக்கூடும்) போட்டு நன்கு கொதிக்க வைக்க வேண்டும். நான்கு முறை மீண்டும், மீண்டும் கொதிக்கவேண்டும்.

இறக்கியபின் பானையின் வாயில் துணியைக்கொண்டு இறுகக் கட்டி 48 மணி நேரம் அப்படியே வைத்துவிட வேண்டும். நீரின் மேல் ஒரு ஏடுபோல் ஆடைபடியும். அதை நீக்கிவிட்டால் உள்ளே இருக்கும் தெளிந்த நீர்தான் அக்னி அஸ்திரம். 100 லிட்டர் நீரில் 2 1/2 லிட்டர் அக்னி அஸ்திரம், 3 லிட்டர் கோமியம் கலந்து பயிர்கள் மேல் தெளித்தால் போதும், புழு, பூச்சிகள் காணாமல் போய்விடும்.

நொச்சி இலை 10 கிலோ, வேப்பம் இலை 3 கிலோ, புளியம் இலை 2 கிலோ. இவற்றை 10 லிட்டர் கோமியத்தில் கலந்து கொள்ள வேண்டும். இந்தக் கலவையை அக்னி அஸ்திரம் தயாரிப்பது மண்பானையில் வைத்து தயாரிக்க வேண்டும். 100 லிட்டர் நீரில் 2 1/2 லிட்டர் மிரம்மாஸ்திரம், 3 லிட்டர் கோமியம் கலந்து மாதம் இருமுறை தெளித்தால் 'அசுவிணி' அண்டாது.

சுபாஷ் பாலேக்கரின் எல்லா வகையான அமிர்தங்களும், அஸ்திரங்களும் அனைத்துப் பயிர்களுக்கும் ஏற்றவை. அதனால் தைரியமாகப் பயன் படுத்தலாம். மராட்டியம் முழுவதும், கர்நாடகம் முழுவதும் சிறிய

விவசாயிகள் முதல் மிகப் பெரிய விவசாயிகள் வரை சுபாஷ் பாலேக்கரின் ஜீரோ பட்ஜெட் பார்மிங் முறையைப் பின்பற்றுகின்றனர். தமிழகத்தின் அனைத்து மாவட்டங்களிலும் இப்போது பயன்படுத்த சில விவசாயிகள் முன் வந்துள்ளனர்.

தேர்ந்த மதப்பிரச்சாரகர்போல, ஒவ்வொரு மேடையிலும் பிரமாதமாக வகுப்புகளை நடத்துகிறார் சுபாஷ் பாலேக்கர். மகுடிக்கு முன் நாகம்போல மயங்கி விவசாயிகள் கவனிக்கின்றனர். கருத்து விதைகள், உழவர் மனத்தில் விதைக்கப்படுகின்றன. பைசா செலவில்லாத விவசாயம் என்றதும் ஆர்வம் பீறிடுகிறது. அடிமனதில் லேசாகப் பயமும் தொற்றுகிறது. 30 ஏக்கருக்கு 1 நாட்டுப் பசு போதுமா? கொஞ்சமாகச் செய்து பார்த்து வெற்றி அடைந்தால் சுபாஷ் பாலேக்கருக்கு ஒரு சபாஷ் போட்டு ஆனந்தமடையலாம்.

13. வேளாண் பஞ்சாங்கம்

இந்த அத்தியாத்துக்குள் நுழையும்முன் ஒரு சிறு வேண்டுகோள்:

இந்த அத்தியாயத்தில் சொல்லப்பட்டுள்ள விஷயங்களை நீங்கள் நம்பித்தான் ஆகவேண்டும் என்றில்லை. காரணம், இதற்கு அறிவியல் ஆதாரம் ஏதுமில்லை. இந்த விஷயங்களோடு நீங்கள் உடன்பட மறுப்பீர்களெனில், அப்படியே ஒதுக்கி வைத்துவிடலாம்.

ஆனால், பாரம்பரியத்துக்குப் பெயர்போன நம் முன்னோர்கள் சாதாரண மனிதர்களின் கண்களுக்குப் புலப்படாத பல விஷயங்களைக் கண்டறிய கடுமையாக முயற்சி செய்திருக்கின்றனர். குறிப்பாக, பயிர்களின் வளர்ச்சிக்கும் காலத்துக்கும் இருக்கும் தொடர்பு குறித்து விரிவாக ஆராய்ச்சி செய்தனர். அந்த ஆய்வின் முடிவுகளைத் தெரிந்து கொள்வது நமக்கு நிச்சயம் உதவும்.

பாரம்பரியமிக்க நம் முன்னோர்கள் ரிக், யஜுர், சாமம், அதர்வனம் எனும் நான்கு வேதங்களை நமக்குக் கொடுத்தனர். இந்த நான்கு வேதங்களில் முதன்மையானது ரிக் வேதம். முதன்மையான இந்த ரிக் வேதத்தின் சாரம்தான் 'ஜோதிட சாஸ்திரம்' ஜோதிட சாஸ்திரம் நம் நாட்டின் அறிவியில் பொக்கிஷம். ரிஷிகளும் ஞானிகளும் வானியலினை கணித்து படைத்ததே பஞ்சாங்கம். முற்போக்கும் நாத்திகமும் பேசுபவர்கள் நிச்சயம் பூட்டிய அறைக்குள்ளே பஞ்சாங்கம் பார்க்கத்தான் செய்கின்றனர். அரசியல், சமூக நிலைப்பாட்டிற்காக வெளிவேடம் போடுகின்றனர்.

பஞ்சாங்கம் பார்ப்பது என்பது தொன்றுதொட்டு நம் மக்களிடையே நிலவி வரும் பழக்கமாகும். நாள் செய்வது நல்லோர் செய்யார் என்பது ஆன்றோர் வாக்கு. பாரம்பரியமாக வேளாண்மையில் ஈடுபட்டு வருபவர்கள் வாழ்வில் பஞ்சாங்கம் இன்றும் ஒரு முக்கிய அங்கமாகத்தான் உள்ளது.

நம் நாட்டிலும் பிற நாடுகளிலும் சந்திரனின் நிலைகளையும், கிரகங்களின் செயல்பாடுகளையும், சந்திரன் மற்றும் பூமியின் நட்சத்திர நிலைப்பாட்டின் விளைவுகளையும் அறிந்து அதற்கேற்ப மனிதன் தனது செயல்களைத் திட்டமிடுவது பல ஆண்டுகளாகவே நடந்துவருகிறது. இந்த விளைவுகளும் சக்திகளும் மனிதனின் வாழ்க்கை முறைகளை எவ்வாறு பாதிக்கின்றன என்றும் ஆராய்ந்து வந்துள்ளனர்.

இதற்கும் மேலாக பூமி குறிப்பிட்ட நிலைப்பாட்டில் இருக்கும் வேளையில் பிறக்கும் மனிதன் வாழ்வு எப்படி அமையும், என்ன மாற்றத்திற்கு உட்படுவான் என்பதையெல்லாம் மனிதன் ஆராய்ந்து ஜாதகம், ஜோதிடம் எனப் பலமுறைகளில் பயன்படுத்தி வருகிறான். அத்துடன் இந்தக் கிரகங் களின் சக்தியை எவ்வாறு தாவரங்களின் வளர்ச்சிக்குப் பயன்படுத்தலாம், இவை எவ்வாறு தாவரங்களின் வளர்ச்சியைப் பாதிக்கிறது என்பதையும் கணித்துள்ளனர்.

ஜெர்மன் மற்றும் நியூசிலாந்து நாட்டில் உள்ள சில அறிஞர்கள் இந்தச் சக்திகள் தாவரங்களின் வளர்ச்சிக்கு எவ்வாறு உதவுகின்றன என்பதனை பல சோத னைகள் மூலமாகக் கண்டு உணர்ந்துள்ளனர். மேலும், அந்தக் கண்டுபிடிப்பு களை விவசாயத்திற்குப் பயன்படுத்தி மிகுந்த பலனை அடைந்ததோடு இதற்கென ஒரு தனி பஞ்சாங்கமே வடிவமைத்துள்ளனர். நம் நாட்டிலும் வேளாண் பெருமக்கள் மேல்நோக்கு நாள், கீழ் நோக்கு நோள், சமநோக்கு நாள், அமாவாசை, பௌர்ணமி, திதிகள், கர்பகிரி ஓட்டம் போன்ற பலவற்றைக் கணித்தே வேளாண் நடைமுறைகளை கைக்கொண்டு வந்துள்ளனர்.

இன்றைய காலகட்டத்தில் இவ்வாறு கிரகங்களின் நிலைப்பாட்டின் மூலம் கிடைக்கும் சக்தியினைப் பயன்படுத்தி விவசாயம் செய்வதை மூட நம்பிக்கை எனவும், தேவையற்றது எனவும் கூறி ஒதுக்கிவிடுகின்றனர். இதற்கான காரணத்தை ஆராய்ந்தால், அன்று நம் முன்னோர்கள் இந்தச் சக்திகளைப் பயன்படுத்தி விவசாயம் செய்து அடைந்த பலன்களையும், விளைவுகளையும் எழுத்துவடிவில் பின்வரும் சந்ததியினருக்குக் கொடுக்க இயலவில்லை. மேலும், இந்தச் சக்தியினை அளப்பதற்கான நவீன கருவிகள் இல்லாமையால் இதனை இன்று பிறருக்கு உணர்த்துவது மிகவும் கடினமாக உள்ளது.

இயற்கை விவசாயத்தில் இயற்கையில் கிடைக்கும் இடுபொருள்களை உபயோகிப்பதன் வாயிலாக 60 முதல் 70 சதவிகிதம் பலன்களை மட்டும்தான் அடைய முடியும். மீதமுள்ள 30 சதவிகிதம் பலனையும் இயற்கைச் சக்தி யினைப் பயன்படுத்தி விவசாயம் செய்வதன் மூலமாக முழுப்பலனையும் அடைய முடியும்.

இயற்கையில் நமக்குக் கிடைக்கும் சக்தியானது செலவில்லாமல் கிடைக்கும் இடுபொருளாகும். இதனை விவசாயத்தில் பயன்படுத்த வேண்டுமென்றால் நமது விவசாயத்தை, பயிரை, அறுவடையை முன்னதாகத் திட்டமிடல் மிகவும் அவசியம்.

கோள்களின் சக்தியையும், அதன் நிலைப்பாட்டினையும் விவசாயத்திற்கு எவ்வாறு பயன்படுத்தலாம் என்பதனையும், அவை எவ்வாறு நடைபெறு கின்றது என்பதையும் நாம் அறிய வேண்டும்.

நாம் வாழுகின்ற பூமிப்பந்து சூரிய குடும்பத்தைச் சார்ந்தது. சூரியனைச் சுற்றி ஒன்பது கிரகங்கள் உள்ளன. அவை சூரியனைச் சுற்றிவர அவை சூரியனுக்கு

உள்ள தொலைவினைப் பொறுத்து வெவ்வெறு காலம் தேவைப்படுகிறது. சூரியனுக்கு அருகாமையிலுள்ள கிரகம் குறுகிய காலத்திலும், தொலைவில் உள்ள கிரகம் நீண்ட காலத்திலும் சுற்றி வருகின்றன.

சூரியக் குடும்ப விபரங்கள்

பெயர்	சூரியனை சுற்ற ஆகும் காலம்	தூரம்-மில்லியன் கிலோ மீட்டரில்
1. புதன் (Mercury)	8—00 நாட்கள்	58.0
2. சுக்கிரன் (Venus)	224.7 நாட்கள்	108.0
3. பூமி (Earth)	365 நாட்கள்	149.6
4. செவ்வாய் (Mars)	687 நாட்கள்	227.9
5. வியாழன் (Jupitar)	11.86 வருடம்	773.0
6. சனி (Saturn)	29.5 வருடம்	1427.0
7. யுரேனஸ் (Uranus)	84.02 வருடம்	2870.0
8. நெப்டியூன் (Neptune)	164வருடம்	4500.0
9. புளூட்டோ (Pluto)	284.4 வருடம்	4649.6

சந்திரன் நீள்வட்டப் பாதையில் பூமியை 28 நாட்களால் சுற்றி வருகிறது. இதைப் போன்று வேறு சில கிரகங்களில் ஒன்றுக்கும் மேற்பட்ட நிலாக்கள் அவற்றைச் சுற்றி வருகின்றன. சூரியனைச் சுற்றியுள்ள ஒன்பது கிரகங்களும் அதனைச் சூழ்ந்துள்ள சில நிலாக்களும் சேர்ந்தது சூரியக் குடும்பம் என்று அழைக்கப்படுகிறது.

சூரியன் ஒரு நட்சத்திரம். இதைப் போன்ற பல நட்சத்திர குடும்பங்கள் இந்தப் பிரபஞ்சத்தில் உள்ளன. நமது சூரியக் குடும்பத்தைச் சுற்றி அருகாமையில் பன்னிரண்டு நட்சத்திரக் கூட்டங்கள் காணப்படுகின்றன. இதை பன்னிரண்டு ராசிகளாகக் கொண்டுள்ளோம். ஒவ்வொரு நட்சத்திரக் கூட்டமும் தனித்தனி வடிவங்களாகக் காட்சியளிக்கின்றன. அதை வைத்து அவற்றின் பெயர்கள் சூட்டப்பட்டுள்ளன. மேஷம் (Aries), ரிஷபம் (Tarus), மிதுனம் (Gemini), கடகம் (Cancer), சிம்மம் (Leo), கன்னி (Virgo), துலாம் (Libra), விருச்சிகம் (Scorpio), தனுசு (Sagitarius), மகரம் (Capricorl), கும்பம் (Aquari), மீனம் (Pisces).

பூமி சூரியனைச் சுற்றி நீள்வட்டப்பாதையில் கடந்து வரும்போது பன்னிரண்டு ராசிகளுக்கான நட்சத்திர மண்டலங்களை கடக்கிறது. இவ்வாறு கடக்கின்ற காலத்தை பன்னிரண்டு மாதங்களாகக் கொண்டுள்ளோம். மேலும், ஒவ்வொரு நட்சத்திரக் கூட்டங்களின் நிலைப்பாட்டை பூமி கடந்துவரும் நேரத்தில் அதன் கதிரியக்கச் சக்தியை பெறும் வாய்ப்பினை அடைகிறது.

சித்திரை மாதம் ரிஷபத்திலும், வைகாசி மிதுனத்திலும், ஆனி கடகத்திலும், ஆடி சிம்மத்திலும், ஆவனி கன்னியிலும், புரட்டாசி துலாவிலும், ஐப்பசி விருச்சிகத்திலும், கார்த்திகை தனுசுவிலும், மார்கழி மகரத்திலும், தை கும்பத்திலும், மாசி மீனத்திலும், பங்குனி மேஷத்திலுமாயிருக்கிறது.

பூமியை அடைகிற கதிரியக்கச் சக்தி மனிதன் மீது செயல்படுவது உணரப்பட்டுள்ளது. இதைப்போன்று நிலா ஒவ்வொரு நட்சத்திரக் கூட்டங்களின் முன்நிலை கொள்ளும்போது பெறுகின்ற கதிரியக்க சக்தி, தாவரங்களின் சில பாகங்களின் மீது செயல்பட்டு அதன் வளர்ச்சிக்கு உதவுகின்றது.

அதாவது, இந்தப் பன்னிரண்டு நட்சத்திரக் கூட்டங்களின் கதிரியக்கச் சக்தி ஒவ்வொன்றும் பூமியில் வெவ்வேறு மண்டலங்களின் மேல் செயல்படக் கூடியதாக உள்ளன. இந்த மண்டலங்களை ஐந்தாகப் பிரிக்கலாம். இவற்றைத் தான் பஞ்சபூதங்கள் என்று கூறுகின்றனர். அவை நிலம், நீர், நெருப்பு, வாயு, ஒளி.

இவற்றின் அடிப்படையில் நட்சத்திரக் கூட்டங்களை நான்கு பிரிவுகளாகப் பிரிக்கலாம். ஒவ்வொரு பிரிவிலும் மூன்று மூன்று நட்சத்திரக் கூட்டங்கள் உள்ளன. குறிப்பிட்ட மூன்று நட்சத்திரக் கூட்டங்கள் குறிப்பிட்ட மண்டலத்தின் மீது செயல்படக்கூடியவை.

ராசி

மண்டலம்	நட்சத்திரக் கூட்டம்	கிரகம்	தாவரத்தின் பாகம்
நெருப்பு	மேஷம், சிம்மம், தனுசு	சனி, புதன், புளூட்டோ	விதை
நிலம்	ரிஷபம், கன்னி, மகரம்	ஞாயிறு, பூமி	வேர்
காற்றும்	மிதுனம், துலாம், கும்பம்	வியாழன், சுக்கிரன்	பூ
ஒளியும்	-	யுரேனஸ்	-
நீர்	கடகம், விருச்சிகம், மீனம்	செவ்வாய், நிலா, நெப்டியூன்	இலை

இந்த மண்டலங்கள் தாவரத்தின் குறிப்பிட்ட பாகங்களுடன் தொடர்பு உடையவை. அதனால் நிலா குறிப்பிட்ட நட்சத்திர நிலைப்பாட்டில் நிலைகொள்ளும் நேரத்தில் பூமி பெறுகின்ற கதிரியக்கச் சக்தி குறிப்பிட்ட மண்டலத்தின் மீது செயல்பட்டு அந்த மண்டலத்திற்குரிய தாவர பாகங்களின் வளர்ச்சியை அதிகரிக்கச் செய்கிறது.

நட்சத்திரங்களைப்போல சந்திரனுக்குத் தன்னிச்சையாக ஒளிரும் தன்மை கிடையாது. சூரியனின் ஒளியைப் பெற்றுத்தான் ஒளிர்கின்றது. சந்திரன் சூரியனின் ஒளியால் ஒளிர்வதோடு, பெறும் ஒளியைப் பிரதிபலிக்கின்றது. சந்திரன் பிரதிபலிக்கும் ஒளியை நாம் இரவில் பார்க்கின்றோம். அதனை நிலவொளி என்கிறோம். சந்திரன் பூமியைச் சுற்றிவரும் வேளையில் சந்திரனின் வெவ்வேறு பகுதிகள் ஒளி பெறுகின்றன. நாம் பூமியில் ஓரிடத்தி

லிருந்து அதனைக் கண்காணிக்கின்ற வேளையில் அதன் நிலையைப் பொறுத்து அது ஒளி பெறும் பகுதியில் சில பகுதியை மட்டும் நம்மால் பார்க்க முடியும். அவ்வாறு சந்திரன் சூரியனின் ஒளிபெறும் பகுதியை முழுமையாக நம்மால் பார்க்க முடிகிற நாளை பௌர்ணமி எனவும், ஒளியினை முழுமையாகப் பெறாமல் இருளடைந்த நிலையிலுள்ளப் பகுதியை நாம் பார்க்கின்ற நாளை அமாவாசை எனவும் அழைக்கிறோம்.

ஒரு பௌர்ணமி முதல் மறு பௌர்ணமி நிலையினை சந்திரன் அடைய 29 1/2 நாட்களாகும். பௌர்ணமி நிலையில் நிலா இருக்கும்போது, அதிகச் செயல்பாடு உள்ளது. பௌர்ணமி அன்று கடலின் நீர் மட்டம் உயருவதும், கடல் அலைகள் உயரமாக எழுவதுமே இதற்குச் சான்று. இதைப் போன்றே தான் மனிதன் மற்றும் தாவரங்களிலும் நீர் அழுத்தம் அதிகமாகக் காணப்படும். இதற்கு நேர்மாறாக அமாவாசை நாட்களில் நிலவிற்கு பூமியில் உள்ள நீர் மண்டலத்தின் மீதான செயல்பாடு குறைவதாக உள்ளது.

பௌர்ணமிக்கு 48 மணி நேரத்திற்கு முன் பூமியின் ஈரப்பதம் அதிகரிக்கின்றது. ஆகவே, பயிரின் வளரும் தன்மை அதிகரிக்கின்றது. அணுக்கள் பிளவுபடுதலும், சிதைவும் அவைகளின் விஸ்தரிக்கும் தன்மையும் அதிகரிப்பதனால் விதைகளின் முளைப்புத்திறன் அதிகரிக்கின்றது. எனவே வெளிவரும் நாற்றுக்கள் ஈரத்தன்மையைப் பெற்று மென்மையாக வளரும். ஆனால், இந்தக் காலத்தில் பயிர்களைத் தாக்கும் பூச்சிகள் அதிக செயல்பாட்டோடு காணப்படும். ஈரத்தன்மை அதிகரிப்பதால் பூஞ்சாணம் விரைவில் வளர்கிறது. திரவ உரங்களை இந்த நாட்களில் பயிருக்குத் தெளித்தால் அவற்றை எளிதில் ஈர்த்துக் கொள்ள உதவுகின்றது.

பௌர்ணமிக்கு 48 மணி நேரத்திற்கு முன் விதைத்தாலும், 24 மணி நேரத்திற்கு முன் திரவ உரம், பூஞ்சாண கொல்லி தெளிப்பதும் அதிக பயன் கொடுக்கும். கால்நடைகளுக்கு குடல்புழுவை நீக்க பூச்சி மருந்து கொடுக்கலாம்.

அமாவாசையன்று உஷ்ணப் பிரதேசங்களில் மட்டும் விதைகள் விதைக்கலாம். மரங்களை தடிக்காக வெட்டலாம். கவாத்து செய்யலாம். தானியங்களை அறுவடை செய்யலாம். அவற்றை உலர வைத்து சேமிக்கலாம்.

அமாவாசை நிலையிலிருந்து சந்திரன் சிறிது சிறிதாக சூரியனின் ஒளியினை பெறும் பகுதியை நம்மால் பார்க்கும் அளவில் கூடி சந்திரனின் நிலையில் ஒவ்வொரு நாளும் மாற்றம் நிகழும். இந்த நாட்களை வளர்பிறை நாட்கள் எனலாம். இவ்வாறு ஒவ்வொரு நாளும் ஒளியினைப் பெற்றும் பகுதியைப் பார்க்கும் வாய்ப்பு அதிகமாகி பௌர்ணமி நிலை சந்திரனை காணலாம்.

வளர்பிறை காலங்களில் பூமியின் மீதுள்ள பயிர்களில் அபரிமிதமான வளர்ச்சி காணப்படுகிறது. இந்நாட்களில் மண்ணிலிருந்து சத்துக்கள் நிறைந்த நீரை அதிக அளவு உறிஞ்சிக் கொள்ளும் திறன் ஊக்குவிக்கப்படுவதால் செடிகள் அதிக சக்தியினைப் பெற்று நல்ல வளர்ச்சி அடைகின்றன. விதைகளின் முளைப்புத் திறன் அதிகரித்துக் காணப்படுகிறது.

பௌர்ணமி நிலையிலிருந்து சந்திரன் சிறிது சிறிதாக சூரியனின் ஒளிபெறும் பகுதியை நாம் பார்க்கும் அளவில் குறைந்து வரும் ஒவ்வொரு நாளும் தேய்பிறை நாட்களாகும். இவ்வாறு சூரியனின் ஒளியினை முழுமையாக இழந்து நிலவற்ற நாளே அமாவாசையாகும். தேய்பிறை காலமானது பூமிக்கும் கீழ் உள்ள செயல்களைச் செய்யும் காலம், செடிகளின் கீழ்ப்பகுதி, குறிப்பாக வேர்ப்பகுதி புதுத்தெம்பு பெறுகிறது. எனவே இந்தக் காலங்கள் நடுவதற்கும், இயற்கை கலப்பு உரம் தயாரிப்பதற்கும் - தயாரான கலப்பு உரத்தினை இடுவதற்கும் ஏற்ற காலம்.

பொதுவாகத் தேய்பிறை நாட்களை கீழ்நோக்கு நாட்களாகவும், வளர்பிறை நாட்களை மேல்நோக்கு நாட்களாகவும் மக்கள் தவறுதலாகப் புரிந்துகொள் கின்றன. ஆனால் இவை அனைத்தும் நிலவின் வெவ்வேறு நிலைகளாகும்.

ஊர்த்துவமுக நட்சத்திரங்களை ரோகிணி, திருவாதிரை, பூசம், உத்திரம், உத்திராடம், திருவோணம், அவிட்டம், சதபம், உத்திரட்டாதி ஆகிய ஒன்பது நட்சத்திரங்கள் வரும் நாள் மேல்நோக்கு நாள் எனவும், பரணி, கிருத்திகை, ஆயில்யம், மகம், பூரம், விசாகம், மூலம் பூராடம், பூரட்டாதி ஆகிய ஒன்பது அதோமுக நட்சத்திரங்கள் கீழ்நோக்கு நாளாகவும், அசுவினி, மிருகசீரிஷம், புணர்பூசம், அஸ்தம், சித்திரை, சுவாதி, அனுஷம், கேட்டை, ரேவதி ஆகிய ஒன்பது திரியமுக நட்சத்திரங்கள் சமநோக்கு நாட்களாகவும் கருதப்படும்.

கீழ்நோக்கு, மேல்நோக்கு, சமநோக்கு நாட்கள் என்பது நிலவின் உதயத்தை யும் வானத்தில் அதன் நிலையையும் குறிப்பதாகும். தேய்பிறை மற்றும் வளர்பிறை நாட்கள் என்பது நிலவு சூரியனிடமிருந்து ஒளிபெறும் பகுதியை நாம் பார்க்க முடிகிற நிலையைக் குறிப்பதாகும்.

மேல்நோக்கு நாட்களில் பழம் மற்றும் தடிமரம் கவாத்து செய்யலாம்; மரம் வெட்டலாம். தீவன புல்வகை, அறுவடை செய்து சேகரிக்கலாம்; நாற்று நடலாம், சாகுபடிக்கு நிலம் தயார் செய்யலாம். பதியம் போட தண்டுப் பகுதி களைத் தயார் செய்யலாம். வேர்ப்பகுதி விளைபொருட்களை அறுவடை செய்து சேமிக்கலாம்.

ஒவ்வோர் ஆண்டும் சூரியன் மேஷ ராசியில் பிரவேசிக்கும் ஆண்டின் தொடக்க நாளான சித்திரை மாதம் முதல் தேதி உழவர்கள் முதன்முதலில் ஏர்கட்டி உழுவதை 'பொன் ஏர் கட்டுதல்' எனக் கூறுவர். பூமித்தாய் பொன்னாக விளையும் என்பதைக் குறிப்பிட இதைப் பொன் ஏர் கட்டும் வழக்கத்தைக் கொண்டு வந்தனர். இன்றும் மக்கள் இவ்வழக்கத்தைக் கையாண்டு வருகின்றனர். சித்திரை மாதம் முதல் தேதியன்று முன்பே மழை பெய்து இருந்தாலும் இல்லையென்றாலும் பொன்னேர் கட்டி நிலம் முழு வதையும் கீறி உழவு செய்து அடுத்து செய்யப் போகும் மழைநீரை நிலம் ஏற்றுக் கொள்ளும் வகையில் நிலத்தைப் பண்படுத்துவர்.

சித்திரை மாதத்தில் பூர்வ பட்சத்தில் சனி ஞாயிறு தவிர இதர வாரங்களிலும் இரட்டித்த திதிகளும், நவமியுந்தவிர மற்ற நதிகளும் **ரிஷபம், மிதுனம், கடக**

லக்கனங்களும், ரோகிணி, மூலம் உத்திரம் மூன்றும், ரேவதி, புணர்பூசம், பூசம் அஸ்த நட்சத்திரங்களும் பொன்னேரென்றும் உழவு நாட்கொள்ள உத்தமம்.

அறுபது தமிழ் ஆண்டுகளுக்கும் தனித்தனியே அந்தந்த ஆண்டின் பலாபலன்களை பாடல்களாகப் பாடி வைத்துள்ளனர் முன்னோர்கள். தமிழ் ஆண்டான சர்வஜித் (2007 - 2008) பலன் என்னவென்றால்

சருவசித்துத் தன்னிற் றலத்திற் பலவும்
ஒரு பதினெட்டு வித்துமோங்கும் - பெருமையுடன்
மிக்கவிளை வுண்டா மென்மேலு மாரியுண்டாம்
தக்க சுகம் பெருகுந்தான்.

ஆண்டு தோறும் வெளியிடப்படும் பஞ்சாங்கங்கள் இதுபோன்ற மொத்த பலன் என்னவென்ற பாடலைத் தாங்கித்தான் வருகின்றது. இது எந்த அளவு சரியாக இருக்கின்றது என்பதும் சொல்வதற்கில்லை. அநேகமாக ஆண்டின் தொடக்கத்திலேயே மழையளவு, பயிர் விளைச்சல் குறித்தெல்லாம் செய்தி இருப்பதனால் தோராயமான ஓர் ஆண்டு செயல்திட்டம் வகுத்துக் கொள்ள இயலுகின்றது.

வேளாண் மக்களுக்கு மழை மிகவும் முக்கியம். நீரின்றி அமையாது உலகு. மேலும், மழை பொழிவதை அவர்கள் முன்கூட்டியே அறிந்தால் மிகவும் பலன் அடைவர். இயற்கையில் காணும் ஒரு சில அறிகுறிகளைக் கொண்டு அடுத்து மழை வரப்போகும் மழையினை அவர்கள் அனுபவத்தில் கண்டறிந்து உள்ளனர். கர்போட்டம் பார்ப்பது என்பது வரும் ஆண்டிற்கான மழையை அறிய கையாளப்படும் ஒரு முறையாகும்.

இந்த முறைப்படி ஒவ்வோர் ஆண்டும் மார்கழி மாதத்தில் ஒருசில குறிப்பிட்ட நேரங்களில் வானிலை கவனிக்கப்படும். இதனடிப்படையில் பின்வரும் ஆண்டிற்கான மழை குறித்து அறியலாம். இந்த முறையின் விவரம் பின்வருமாறு.

ஒவ்வோர் ஆண்டும் மார்கழி மாதம் 13 3/4 நாட்களுக்குமேல், அதாவது 14 ஆம்தேதி விடியற்காலை முதல் ஆனி மாதத்திற்கு 1 1/2 நாள் எனவும், ஆடி மாதத்திற்கு 2 1/4 நாள் எனவும் இப்படியே எல்லா மாதங்களுக்கும் நாட்களை கணக்கிட்டு பகுத்துள்ளனர். அந்த நாட்களில் வானம் மேக மூட்டங்களில் நிலையினைக் கொண்டு அடுத்துவரும் ஆண்டில் அவ்வந்த மாதங்களில் மழைபெய்யும் நிலையினை உணர்வர். அதற்கேற்ப பயிர் வகைகளை அவ்வாண்டில் பயிர் செய்ய வேளாண் மக்கள் திட்டமிடுவர்.

பொதுவாக ஆனி மாதம் முதல் மார்கழி மாதம் வரை ஏழு மாதங்களுக்கு மட்டுமே விவரங்கள் கவனிக்கப்படும். தை மாதம் முதல் வைகாசி மாதம் வரை மழை சொற்பமாக இருப்பதால் இவை கவனிக்கப்படுவதில்லை. கீழ்க்கண்ட அட்டவணையில் ஆனி மாதம் முதல் மார்கழி மாதம் முடிய ஏழு மாதங்களுக்கான கர்போட்ட நாள்களாகக் கொடுக்கப்பட்டுள்ளன.

ஆனி	-	1 1/2 நாட்கள்
ஆடி	-	2 1/4 நாட்கள்
ஆவணி	-	2 1/4
புரட்டாசி	-	2 1/4
ஐப்பசி	-	2 1/4
கார்த்திகை	-	2 1/4
மார்கழி	-	1
ஆக மொத்தம்	-	13 3/4 நாட்கள்

ஆக மொத்தம் கர்போட்டம் என்பது மார்கழி மாதம் 14-ம் தேதி முதல் 13 3/4 நாட்களுக்குப் பார்க்கப்படும்.

பொதுவான ஒரு குறிப்பு உண்டு. ஆனி 10 தேதியிலும், ஆடி 8 தேதியிலும், ஆவணி 6 தேதியிலும், புரட்டாசி 4 தேதியிலும், ஐப்பசி 2 தேதியிலும், கார்த்திகை, மார்கழி 1தேதியிலும் மழை பெய்தால் நல்ல மழை உண்டு என்பதற்கான அறிகுறி.

இதனைத் தவிர, ஆனி, ஆடி, ஆவணி மாதங்களில் கிழக்கே வானவில் உண்டானால் பஞ்சமுண்டாகும். மற்ற மாதங்களில் மற்ற திசைகளில் வானவில் போட்டால் நல்ல மழை உண்டு. ஆவணி 6 தேதியில் குமுறினால் மழை உண்டு. ஐப்பசி மாதம் ஸ்வாதி நட்சத்திரத்தில் சூரியன் வரும் நாளில் கிழக்கில் மின்னினால் மழை உண்டு. வைகாசி மாதம் தேய்பிறை சதுர்த்தசியில் மழை பெய்தால் அவ்வருடம் நல்ல மழை உண்டு.

மூன்றாம் பிறையில் பங்குனி, சித்திரை மாதம் தென்கோடுயற வேண்டும். வைகாசி மாதம் முதல் மார்கழி மாதம் வரை வடகோடுயர வேண்டும். தை, மாசியில் சமமாக இருக்க வேண்டும். இல்லாவிட்டால் கலகமும், பஞ்சமும் உண்டாகும். வைகாசி, ஆனி, புரட்டாசி மாதங்களில் வால் நட்சத்திரம் தெரியுமானால் நல்ல மழை உண்டு.

பிரபஞ்சத்திலிருக்கும் கோள்களின் நிலையும், சூரிய குடும்பத்தின் சுழற்சியும், சந்திரனின் தேய்வும், வளர்ச்சியும் என முன்னவர்களின் வானியல் அறிவின் வெளிப்பாடே வேளாண் பஞ்சாங்கங்கள். கழனிவாழ் உழவர் இதனையும் கவனித்து கடமையாற்றினால் பழுதின்றி பலன் களத்துமேட்டின் வழியே வீடுவந்து சேரும்.

பின் இணைப்புகள்

விவசாயிகள் அறிந்து கொள்ள சில தகவல்கள்

1 கன அடி தண்ணீரின் எடை	-	28.304 கிலோ
1 ஏக்கரில் 1 அங்குல தண்ணீர் இருப்பின்	-	100 டன் எடை
1 ஏக்கர் பரப்பளவு	-	43560 சதுர அடி
1 சென்ட்	-	435.6 சதுர அடி
1 சென்ட்	-	40 சதுர மீட்டர்
1 சென்ட்	-	54.5 x 8 அடி
1 ஏக்கர்	-	0.4047 ஹெக்டேர்
1 ஏக்கர்	-	4840 சதுர கெஜம்
1 சதுர மைல்	-	640 ஏக்கர்
100 சென்ட்	-	1 ஏக்கர்
100 ஏர்	-	1 ஹெக்டேர்
1 கிலோ	-	2.20462 பவுண்ட்
1 அங்குலம்	-	2.54 செ.மீ.

பயிர் இடைவெளியும் எண்ணிக்கையும்

இடைவெளி	பயிர் எண்ணிக்கை ஏக்கருக்கு
4 அங் x 4 அங்	3,92,040
6 அங் x 4 அங்	2,61,360
6 அங் x 6 அங்	1,74,240
8 அங் x 4 அங்	1,96,020
8 அங் x 5 அங்	1,56,816
1 அங் x 1 அங்	43,560
2 அங் x 1 அங்	21,780
2 அங் x 2 அங்	10,890
3 அங் x 2 அங்	7,260

இடைவெளி	பயிர் எண்ணிக்கை ஏக்கருக்கு
3 அங் x 3 அங்	4,840
4 அங் x 3 அங்	3,630
4 அங் x 4 அங்	2,722
5 அங் x 4 அங்	2,178
6 அங் x 6 அங்	1,210
7 அங் x 7 அங்	888
8 அங் x 8 அங்	680
9 அங் x 9 அங்	537
10 அங் x 10 அங்	435
11 அங் x 11 அங்	360
12 அங் x 12 அங்	302
13 அங் x 13 அங்	257
14 அங் x 14 அங்	220
15 அங் x 15 அங்	193
16 அங் x 16 அங்	170
17 அங் x 17 அங்	150
18 அங் x 18 அங்	135
19 அங் x 19 அங்	120
20 அங் x 20 அங்	108
21 அங் x 14 அங்	98
24 அங் x 15 அங்	75
25 அங் x 16 அங்	70
26 அங் x 17 அங்	64
28 அங் x 18 அங்	55
30 அங் x 19 அங்	48
40 அங் x 40 அங்	27

பயிர்	இடைவெளி	பயிர் எண்ணிக்கை ஏக்கருக்கு
நெல்	15 x 10	2,66,660
சோளம்	45 x 15	59,259
கம்பு	45 x 15	59,259

பயிர்	இடைவெளி	பயிர் எண்ணிக்கை ஏக்கருக்கு
ராகி	15 x 15	1,77,777
நிலக்கடலை	30 x 15	88,888
மானாவளிப்பகுதி	45 x 15	59,259
இறவை பருத்தி	75 x 10	17,777
மிளகாய்	60 x 30	22,222
வாழை	180 x 180	1,234
மா	30 x 30	48
ஆரஞ்சு	20 x 20	108
எலுமிச்சை	20 x 20	108
சப்போட்டா	25 x 25	70
பப்பாளி	6 x 6	1,210
மாதுளை பலா, முந்திரி	15 x 15	193
தென்னை	25 x 25	70

பயிர்கள் மண்ணிலிருந்து சத்துக்களை நீக்கும் அளவு *(ஏக்கருக்கு)*:

பயிர்	தழை	மணி	சாம்பல்
நெல்	26.0	8.10	30.4
சோளம்	20.9	7.20	35.0
கம்பு	9.6	3.6	32
ராகி	21.6	14.4	80
மக்காசோளம்	36.4	15.2	36.2
நிலக்கடலை	36.3	10.8	24.5
பருத்தி	44.0	13.0	36.0
தென்னை	30.0	12.7	55.9
வாழை	25.4	6.3	84.0
புகையிலை	52.7	16.3	97.2
திராட்சை	32.0	8.0	6.0
கரும்பு	34.5	24.5	77.2
உருளைக்கிழங்கு	41.8	19.0	85.4
வெங்காயம்	32.2	16.3	48.6

பயிர்களுக்குத் தேவையான தண்ணீரின் அளவு

நெல்	*1350 மி.மீ*
மக்காச்சோளம்	*500 மி.மீ*
சோளம்	*500 மி.மீ*
கம்பு	*500 மி.மீ*
ராகி	*500 மி.மீ*
நிலக்கடலை	*650 மி.மீ*
பருத்தி	*850 மி.மீ*
தக்காளி	*550 மி.மீ*
சூரியகாந்தி	*500 மி.மீ*
மிளகாய், மஞ்சள் 8	*40 மி.மீ*
கரும்பு	*1800 மி.மீ*
புகையிலை	*600 மி.மீ*
வாழை	*1800 மி.மீ*
பயிறு வகைகள்	*400 மி.*

ஆரோக்கியம் பூக்க...

சிம்பிளா தோட்டம் போடு!   ஏ.ஆர். குமார்

பசுமையான காய்கறிகளைத் தேடி கடை கடையாக அலைந்து, ஆண்டுக்கு பத்தாயிரம் ரூபாய்க்கு மேல் செலவு செய்வதைவிட உங்கள் வீட்டில் சின்னதாக ஒரு தோட்டம் அமைத்தால் எத்தனை லாபம் தெரியுமா?

உங்களுக்குத் தேவையான அத்தனை காய்கறிகளையும் அதில் வளர்க்கலாம். அவற்றை ஃப்ரெஷ்ஷாகப் பறித்துச் சாப்பிடலாம். எந்த நோயும் உங்களை அண்டவிடாமல் பாதுகாத்துக் கொள்ளலாம்.

தோட்டம் போட இடம்? மொட்டை மாடியில்கூட உங்கள் குடும்பத்துக்குத் தேவையான காய்கறிகள் அனைத்தையும் பயிரிடலாம். இது எளிமையானது மட்டுமல்ல. மிகவும் பாதுகாப்பானது. அந்த முறையை அசத்தலாகச் சொல்லித்தருகிறது இந்தப் புத்தகம். உண்மையில் உங்கள் ஆரோக்கியத்துக்கான முதலீடுதான் இந்தப்புத்தகம்!

ISBN 978-81-8368-396-8

பசுமை பூக்க...

களை எடு! நம்மாழ்வார்

வரவு எட்டணா, செலவு பத்தணா என்கிற கதையாகத்தான் ஆகிவிட்டது இன்றைய விவசாயம். விதைகள், உரங்கள், பூச்சிக்கொல்லி மருந்துகள் ஆகியவற்றுக்கு ஆகும் செலவு எக்கச்சக்கம்.

இவ்வளவு கஷ்டப்பட்டு உற்பத்தி செய்யும் விளைபொருள்களுக்கு சரியான விலை கிடைப்பதில்லை. தவிர, செயற்கை உரங்களையும் பூச்சிக்கொல்லி மருந்துகளையும் அளவுக்கதிகமாகப் பயன்படுத்தியதால் நிலம் பாழாகிறது.

இதற்கெல்லாம் என்ன தீர்வு? செலவில்லாமல் விவசாயம் செய்ய முடியுமா? லாபம் சம்பாதிக்க முடியுமா? முடியும் என்று ஆதாரபூர்வமாகச் சொல்கிறார் இயற்கை விஞ்ஞானி நம்மாழ்வார்.

இந்தப் புத்தகம் விவசாயம் பற்றி உங்களுக்கு இருக்கும் பல தவறான அபிப்ராயங்களை மாற்றும். புதிய தரிசனத்தைக் கொடுக்கும்.

ISBN 978-81-8368-467-5